दिशाहीन

'दिलीपराज प्रकाशन प्रा. लि.'च्या नवीन पुस्तकांची यादी व माहिती हवी असल्यास आपला पत्ता, दूरध्वनी क्रमांक किंवा Email आमच्या *diliprajprakashan@yahoo.in* या Email address वर पाठवावा किंवा आमच्याशी दूरध्वनी क्रमांक फॅक्ससहित : ०२०-२४४८३९९५/ २४४९५३१४/२४४७१७२३ यावर संपर्क साधावा.

आमच्या वेबसाईटला एकदा अवश्य भेट द्या.

Website: *www.diliprajprakashan.com*

२ / दिशाहीन

दिशाहीन

(कादंबरी)

ग. वा. बेहेरे

 **दिलीपराज प्रकाशन प्रा. लि.**
२५१ क, शनिवार पेठ, पुणे - ४११ ०३०.

दिशाहीन / DISHAHIN

प्रकाशक
राजीव दत्तात्रय बर्वे,
मॅनेजिंग डायरेक्टर,
दिलीपराज प्रकाशन प्रा. लि.,
२५१ क, शनिवार पेठ, पुणे - ४११ ०३०

प्रकाशन दिनांक : १५ सप्टेंबर २०१३

प्रकाशन क्रमांक : २०३३

ISBN : 978 - 81 - 7294 - 971 - 6

मुद्रक
Repro India Ltd, Mumbai.

टाइपसेटिंग
मधुराज प्रिंटर्स अॅण्ड पब्लिकेशन्स प्रा. लि.
स. नं. २९/८-९, पारी कंपनीजवळ,
धायरी, पुणे - ४११ ०४१

मुद्रितशोधन - मिलिंद बोरकर, पुणे

मुखपृष्ठ व सजावट - रेषविश्‍व अॅड । सागर नेने

एक तपाच्या प्रमत्त कालखंडास...!

मखमली पडदा दुभंगला आणि झगमगलेला रंगमंच एकदम प्रेक्षकांना दिपवून गेला. प्रत्येकाच्या तोंडून आनंददर्शक असा एक हुंकार बाहेर पडला, आणि त्याचा सामुदायिक स्पर्श विंगमध्ये उभ्या असलेल्या मनोरमेला झाला. इतके दिवस खपून केलेल्या रंगमंचाचं असं कौतुक झालेलं पाहून तिला स्वत:ला कृतकृत्य वाटलं. नाटकातल्या कामाचा तिला सराव होता. त्यामुळं आपल्या कामाची तिला चिंता नव्हती. किंबहुना आपल्या एन्ट्रीची वेळ केव्हा येते, याची ती उत्कंठेनं वाटच पाहत होती. तिला काम असं थोडंच होतं; पण या थोडक्याच कामात आपल्या अभिनयानं आणि गाण्यानं प्रेक्षकांना आपण जिंकून टाकू, याविषयी तिला कसलीच शंका नव्हती. गेले दीड-दोन महिने या नाटकासाठी तिनं खूप खस्ता काढल्या होत्या, आणि त्या सर्व श्रमांचं चीज घटका-दोन घटकांनी होणार, याविषयी तिला खात्री होती.

तिच्या एन्ट्रीची खूण समोरच्या विंगमधून लीलाताईंनी केली, त्यासरशी आपलं म्हणून असणारं स्वत:चं आयुष्य मनोरमेने बाजूला काढून ठेवलं आणि मनोरमेएवजी मंदाकिनी बनून तिनं रंगमंचावर पाऊल ठेवलं. आपल्या चिंता, आकांक्षा, दु:खं या साऱ्यांना मागं ठेवून जगावर प्रभुत्व गाजवणाऱ्या राजकन्येच्या स्वरूपात ती आता पुढं सरकली होती. या नाटकातील नाइटचे आणि नेपथ्याचे पैसे मिळतात, हॉस्टेलचं बिल आपल्याला द्यायचं आहे, नचपेक्षा हॉस्टेलमधून आपली हकालपट्टी होणार आहे, हे सारे विचार आता कोठच्या कोठे विरून गेले होते.

खरं म्हणजे जगण्यासाठी, भविष्य घडवण्यासाठी क्षणन् क्षण कष्ट केल्यावाचून न भागणारी मनोरमा रक्तारक्तातून राजतेज ओसंडणाऱ्या मंदाकिनीला निर्माण करीत होती.

मंदाकिनीच्या दर्शनानंच प्रेक्षागार संतुष्ट झाला. महिला मंडळाच्या हौशी नाट्यमंडळात इतकी चांगली अभिनयसंपन्न नटी पाहण्याची प्रेक्षकांची अपेक्षा नसावी. हा गोड अपेक्षाभंग त्यांनी टाळ्या वाजवून व्यक्त केला. स्वयंवरासाठी निघालेल्या राजकन्येचं गोजिरं रूप, लोभवसाणी नजर, बहरलेलं यौवन आणि आपल्या स्वरूपाचा गर्व वाहणारी अहंकारी व ऐटबाज चाल, समोर बसलेल्या स्त्रियांनासुद्धा मत्सराचा विषय वाटली. आपल्याला वर कसा हवा, हे सांगणारी एक ठसकेबाज साकी केवळ पेटीच्या सुरावर तिनं इतक्या सफाईनं गायली, की सर्व प्रेक्षागार दिङ्मूढ होऊन टाळ्या वाजवायचं विसरून गेला, आणि ती चूक लक्षात आल्यावर थोड्या वेळाने साऱ्या प्रेक्षागारात कडकडून टाळी पडली. कानांवर पडलेल्या गाण्यातील स्वच्छ व भावपूर्ण शब्दोच्चार आणि सुरेलपणा यांचा एक उत्कट परिणाम साऱ्या रंगमंचावर पसरला आणि तिथून नाटक रंगत गेलं.

प्रेक्षागारातील पुढच्या रांगांवर मुंबईतील बडीबडी धेंडं बसलेली होती. ज्यांच्या लठ्ठ पगारावर या महिला मंडळातील पदाधिकाऱ्यांच्या जागा अवलंबून होत्या, त्या स्त्रियांचे परीटघडीचे हे नवरे, बायकोच्या आग्रहाखातर या प्रयोगाला उपस्थित होते. केवळ उपचार म्हणून पन्नास-पन्नास रुपयांची तिकिटे काढून आलेल्या नाट्यगानकलाविन्मुख अशा या लब्धप्रतिष्ठित समाजाला या नाटकाचा दुसरा अंक झाला, तरीही मनोरमेने एका जागी खिळवून ठेवलं होतं. नचपेक्षा अशा नाटकांचे प्रेक्षागार अंका-अंकानंतर हळूहळू रिकामे होत नटांची परिस्थिती बिकट करते. परंतु आज हा जो उत्साह आहे तो बहुतांशी मनोरमेच्या गाननैपुण्याला आहे, हे सर्वांनी ओळखलं होतं. दुसऱ्या अंकानंतर होणाऱ्या महिला मंडळाच्या बक्षीस समारंभाच्या निमित्तानं वक्त्यांनी मनोरमेचं कौतुक करून ते व्यक्तही केलं. रिझर्व्ह बँकेचे डेप्युटी गव्हर्नर कानिटकर यांनी भाषणाचा समारोप करताना कौतुकोद्गारांबरोबरच आपलं किमती फौंटनपेन मनोरमेला बक्षीस दिलं.

मनोरमा या कौतुकाला सरावलेली होती. आपलं कौतुक होतंय यात विशेषसं काहीच नाही, असा एक भाव तिच्या डोळ्यांत तरळत होता. अशा कौतुकासाठीच माझा जन्म आहे, असं तिच्या प्रत्येक हालचालीत व्यक्त होत होतं.

तिसरा अंक सुरू होण्यापूर्वी मनोरमा रंगपटात कपडे बदलत असताना

महिला मंडळाच्या अध्यक्ष वासंतीबाई कानिटकर आपल्याबरोबर एक तरुण मुलगी घेऊन आल्या. ही मुलगी त्यांचीच मुलगी असली पाहिजे, असं तिच्याकडं पाहिलं म्हणजे कोणाच्याही लक्षात आलं असतं. एका अस्फुट हास्यानं तिनं मनोरमेकडे पाहिलं आणि ती मनोरमेच्या जवळ आली. मनोरमेचा हात हातात घेत ती म्हणाली, ''तुमचं काम मला फार आवडलं, तुम्ही आमच्या घरी आलं पाहिजे.''

''येईन की! न यायला काय झालं? तशी मी तुमच्या घरी आलेही आहे की! तेव्हा तुम्ही घरी नव्हता–''

''अगं, ती इथं कशी असणार? ती ग्वाल्हेरला असते, सासरी.''

''तरीच!''

''मग तुम्ही केव्हा येता आमच्या घरी?'' असं म्हणत ती मुलगी मनोरमेच्या आणखीन जवळ सरकली, आणि तिच्या गालावरून हात फिरवीत तिचा एक गालगुच्चा तिनं घेतला. ''मग उद्या येता तुम्ही दुपारी?''

''येईन की!''

''नक्की?''

''हो, नक्की.''

''मग जाऊ आम्ही आता? उद्याचं विसरू नका हं!'' असं म्हणत वासंतीबाई आपल्या मुलीला घेऊन रंगपटातून निघून गेल्या.

का कुणास ठाऊक, मनोरमेच्या हातावर, गालावर एक निराळाच स्पर्श शिल्लक राहिला होता, त्या स्पर्शाला एक निराळाच सुगंध, कसलीतरी एक अनामिक ओढ होती. का ते अर्थात मनोरमेला सांगता येत नव्हते. वासंतीबाईंच्या या मुलीत काहीतरी निराळेपण होतं, यात मुळीच शंका नव्हती. कपडे बदलता बदलता, किंवा गालावरून पावडरचं फूल फिरवताना, तिच्या डोळ्यांसमोरून मघाचा तो चेहरा हलला नाही. त्या स्पर्शात– त्या नजरेत साऱ्या आयुष्याचा अर्थ सामावलेला असावा, अशी सूक्ष्म जाणीव तिची गात्रे करून देत होती. उद्या जेव्हा ती भेटेल, तेव्हा तिची ओळख वाढवून घ्यायची आणि आपल्याला अशी निराळीच जाणीव का झाली याचा शोध घ्यायचा, असं तिनं मनाशी ठरवलं. हा विचार मनात प्रबळ झाला असतानाच तिसऱ्या अंकाची घंटा झाली आणि घाईघाईनं तिनं रंगमंचावर प्रवेश केला. संभाषणातून सवड मिळताच तिनं प्रेक्षागारात पहिल्या रांगेकडे नजर टाकली आणि कानिटकर कुटुंब बसलेली जागा रिकामी पाहून तिला कसलीतरी चुटपुट लागली. तिच्या मनाची अस्वस्थता पेटीच्या

सुराबरोबर एकदम दूर झाली आणि तिच्या नेटक्या व सुरेल स्वरांनी रंगमंच भरून गेला व ती स्वत:ही सारं काही विसरून गेली. स्वयंवरानंतर आपल्याला लाभलेल्या प्रियकराचं गुणगान करणारं पद ती म्हणत होती. मृदुल परंतु पुरुषी घट्ट मिठीने कृतार्थ झालेली ती राजकन्या प्रियकराच्या भेटीसाठी मालकंस रागातलं ठाय लयीतलं पद गात असताना तिच्या नजरेसमोर मात्र मघाचा तो चेहरा येऊ लागला. हा असा विचित्र भास का व्हावा, याचा तिला उलगडा होत नव्हता.

*

कानिटकरांचा बंगला नेपियन सी रोडवर होता. तिथपर्यंत चालत जायला हरकत नाही, असं मनोरमेनं मनाशी ठरवून चालायला आरंभ केला. क्वीन्स रोडवरील लेडीज हॉस्टेलपासून कानिटकरांचं घर तसं पुष्कळ लांब होतं. लांब लांब चालण्याची तिला सवय होती; तरीसुद्धा भर दुपारच्या तळपत्या उन्हात एवढा रस्ता काटणं चांगलंच कटकटीचं आहे, हे तिच्या ध्यानी आलं. ती मलबार हिलच्या चढणीस लागण्याच्या पूर्वीच घाम पुसण्यासाठी क्षणभर सावलीला उभी राहिली तेव्हा तिला वाटलं– 'जावं झालं टॅक्सीनंच.' वास्तविक टॅक्सीचा प्रवास तिच्या आर्थिक कोष्टकात बसण्यासारखा नव्हता. हॉस्टेलचा खर्च, शिक्षणाचा खर्च, गाण्याची शिकवणी आणि मुंबईतले महागडे जीवन हे सारं पार पाडताना तिची त्रेधातिरपीट उडत असे. स्कॉलरशिप्स असल्या, तरी त्या कितीशा पुऱ्या पडणार? मग ती दिवसाचा क्षणन् क्षण कोठल्यातरी धनोत्पादक कामासाठी खर्चीत असे. बारीकसारीक नाटकांतून ती छोट्या-मोठ्या भूमिका करी. एका बालमंदिरात दोन तास गाण्याची शिकवणी करी. एका वृत्तपत्रकचेरीत पार्टटाइम काम करी आणि हे सारं करून ती एम. ए.लाही बसत होती. अनाथालयात वाढलेल्या, कोणाचाही आधार नसलेल्या या मुलीच्या स्वावलंबी जीवनाचं कौतुक पुष्कळजण करीत आणि तिला मदत करण्याची तयारी दाखवीत; परंतु अंत:करणात कोठेतरी व्यथित झालेली ही मुलगी, असली मदत नम्रपणे नाकारी. आपले हात-पाय धड आहेत, संरक्षित अशा लेडीज हॉस्टेलमध्ये अर्धमूल्यात आपल्याला जागा मिळालेली आहे, आपल्या रुचीच्या आणि सोईच्या व्यवसायांचा आपल्याला लाभ झाला आहे, याबद्दल तर ती उलट विशेष खूश होती. आपल्याला मिळणारी मदत आपल्या रूपाकडे आणि स्त्रीपणाकडे बघून मिळते, हे तिच्या हळूहळू ध्यानी आलं. या मदतीपासून आपण दूर राहिलं पाहिजे; एवढंच नव्हे तर या आधाशी, लाचार आणि ओशाळ्या दात्यांपासून आपण स्वत:ला मुक्त

ठेवलं पाहिजे, याविषयी तिचा कटाक्ष होता. दादाजी होते तोपर्यंत ती निराधार नव्हती. अनाथाश्रम बंद झाल्यानंतर उरलेल्या मुली घेऊन दादाजी मिशनच्या आश्रयाखाली जाऊन राहिले. एक एक मुलीच्या प्रतिपाळाची त्यांनी क्रमाक्रमानं व्यवस्था केली. मनोरमेचीही व्यवस्था ते करू शकले असते; परंतु त्यांचा जीव तिच्यात अडकला होता. त्यांना स्वत:चा असा संसार नव्हता; आणि पाशरहित राहायचं असं ठरवूनसुद्धा मनोरमेचा वत्सल धागा त्यांच्या जीवनाशी गुंतून राहिला होता. आपलं जीवन समाजातील या उपेक्षित अनौरस मुलांच्या जीवनासाठी त्यांनी खर्ची घातलं होतं. पुढे सरकारी निर्बंध वाढले. श्रीमंतांनी मदतीचे ओघ बंद केले. येणारी अनौरस मुलं अशाच स्तरातून येऊ लागली, की त्यांचं पुनर्वसन अशक्य होऊ लागलं, आणि त्याहीपेक्षा दादाजींचं वय झालं. त्यांच्याच्यानी पूर्वीसारखे श्रम होत नव्हते. सरकारची मदत मिळे, पण ती फार तुटपुंजी असे आणि अनावश्यक जाचक निर्बंधही प्रमाणाबाहेर असत. अशा परिस्थितीत दादाजींनी स्थापन केलेल्या आश्रमाचे विघटन करण्यात आले. मुलांची विल्हेवाट लावण्यात आली. मालमत्ता एका शाळेला देऊन टाकण्यात आली.

दादाजी कालवश झाले, तेव्हा मनोरमा पंधरा वर्षांची होती. वयाच्या मनानं तिला खूपच समज होती. तिचं हस्ताक्षर चांगलं होतं. त्यामुळे चर्चमधेच काहीतरी ती कामधाम करत राहू लागली. जात्याच बुद्धिमान असल्यामुळं ती मॅट्रिकची परीक्षा चांगल्या तऱ्हेनं पास झाली. मॅट्रिकच्या पुढं काय, हा तिच्यापुढं यक्षप्रश्न होता. फादर जोहान तिला ख्रिश्चन धर्माची दीक्षा घेण्याची विनंती करीत. कारण ख्रिश्चन झाल्याशिवाय चर्चला काही मदत करता येत नाही असं त्यांनी सांगितलं. दादाजी गेल्यापासून त्यांनी ठेवलेल्या पैशातून तिचा खर्च करण्यात आला होता हे कळल्यानंतर दादाजींच्या उपदेशाचा अर्थ तिच्या अधिकच ध्यानी आला. ते म्हणाले होते, "तू एकटी आहेस, तरुण आहेस, स्त्री आहेस म्हणून मी या चर्चचा आसरा घेतला आहे. स्वत:च्या पायांवर उभी राहीपर्यंत तू इथंच राहा. कितीही प्रलोभनं दाखविली वा अडचणी आल्या तरी धर्म सोडू नकोस आणि स्वत:चं मत तयार होईपर्यंत, शिक्षण संपेपर्यंत लग्नाचा विचार करू नकोस. तू अनाथ आहेस म्हणून कोणी तुझ्याशी लग्न केलं तरी अंती तुझी उपेक्षाच होईल; म्हणून स्वत:च्या पायांवर घट्टपणे उभी राहिल्याशिवाय कसल्याही आमिषांना बळी पडू नकोस. तू माझ्या मुलीसारखीच आहेस; परंतु तुझ्यासाठीसुद्धा मी फारसं मागे ठेवू शकलो नाही. छोटी-मोठी नोकरी पत्करून तुला कॉलेजचं शिक्षण करावं लागेल. पण पुरुषांपासून सावध राहा. कारण हपापलेल्या पुरुषांच्या वखवखलेल्या दुनियेत

सुजाण आणि शहाण्या अशा मुलीसुद्धा फसतात. तू तर एक लहान नाजूक कळी. या आगीत तू होरपळता कामा नयेस. तुझा जन्मसुद्धा अशा अविवेकी स्त्रीच्या आणि बेजबाबदार पुरुषाच्या क्षणिक सुखातून झालाय. हा कलंक पूर्णपणे पुसता येण्यासारखा नाही; परंतु स्वपराक्रमावर आणि कर्तृत्वावर एकदा मान उंच झाली, की पायाकडं कोणाचं लक्ष जात नाही आणि म्हणून ज्या दिवशी तू विद्याविभूषित होशील, स्वयंपूर्ण होशील त्या दिवशी तू माझं ऋण फेडल्यासारखं होईल.''

दादाजींचा मृत्यू ही एक विलक्षण आपत्ती असूनही मनोरमेनं त्या आपत्तींतून स्वत:ला सावरलं. सावरण्यावाचून गत्यंतरही नव्हतं. तिचे अश्रू कोण पुसणार होतं? तिला मायेनं कोण जवळ घेणार होतं? तिच्या चिमण्या भुकेल्या ओठात अन्नाचा कण कोण घालणार होतं? दु:खातून जन्म पावलेल्या आणि तो दु:खभार आयुष्यभर वाहणाऱ्या जीवनात स्वयंसिद्ध असं एक वेगळंच सामर्थ्य असतं, आणि ते सामर्थ्य घेऊन मनोरमेनं आयुष्याच्या वाटचालीला आरंभ केला.

तिचा गळा गोड होता, आणि हा गोड गळा आपल्याला उभं राहण्याला आधार देईल, हे तिच्या ध्यानात आलं. फादर जोहाननी वेळ मिळेल तेव्हा तेव्हा चर्चमधील पियानोवर संगीताचे पहिले धडे दिले होते. ऐकलेलं ताबडतोब नकलून दाखवण्याच्या शक्तीचा अद्भुत प्रयोग ती पुष्कळदा करून दाखवी. कोठेतरी जाता जाता कानांवर आलेले सूर चर्चमधल्या पियानोवर हळूहळू ती छेडून पाही. चर्चमध्ये पुष्कळ प्रकारचं गाणं वर्ज्य होतं. त्यामुळे त्या सुरेल घनगंभीर वाद्याशी खेळण्याचं तिचं भाबडं स्वप्न तसंच चुरगळून जाई. संगीतातल्या अद्भुत शक्तीचा तिला नुकताच कोठे शोध लागला होता, आणि ती शक्ती अजमावण्याची तर तेथे सोय नव्हती. चर्चच्या कमानीच्या उंच उंच घंटेखाली जाऊन अवघडलेल्या स्थितीत ती बसून राही, आणि मनातल्या मनात सापडलेले ते सूर घोटून घोटून पक्के करी. पंजाबी ढंगाची ऐकलेली उडती गाणी तिच्या मनात इतकी घर करून राहत की तिला वाटे, ते गाणं गात चर्चच्या हिरवळीवरून आपण नाचावं आणि चर्चमधल्या साऱ्या फादर्सनी आणि नन्सनी आपल्याभोवती फेर धरावा.

मॅट्रिकच्या परीक्षेचा निकाल ऐकल्यानंतर आपण चर्च सोडलं पाहिजे, हे तिनं पक्कं ठरवलं. तशी ती चर्चच्या पालकत्वाखाली नव्हती. फादर जोहान आणि दादाजी यांचा फार जुना स्नेह होता आणि त्या स्नेहाच्या बळावर अखेरचे दिवस काढण्यासाठी दादाजी मिशनच्या आश्रयाला आले आणि फादर जोहानच्या हाती मनोरमेला ते सोपवून परलोकी गेले. त्याच वेळेला मनोरमेच्या भवितव्याबद्दल

त्यांनी फादर जोहानला काही सूचना दिल्या होत्या. फादरची इच्छा काहीही असली, तरी तिच्या धर्मपित्याच्या मृत्युक्षणीच्या आकांक्षा त्यांनी तिला सांगितल्या. मात्र ते एवढंच म्हणाले, "मी जरी धर्मप्रचारक असलो, तरी त्यासाठी मी तुला ख्रिश्चन व्हायला सांगत नाही. तुला जगात नाव काढायला हवं असलं, तर खूप खूप शिकले पाहिजे. परदेशात गेलं पाहिजे. तुमच्या समाजात अनाथांची सोय नाही, आणि म्हणून केवळ ख्रिश्चन होण्यानं तुला या धर्मपीठाचा आधार लाभेल. तुझे सारे प्रश्न मिटतील. तुझी सारी जबाबदारी आम्ही घेऊ व धर्म न बदलण्याची तुझी इच्छा असेल, तरी व्यक्तिगत साहाय्य मी तुला करीनच. तू हुशार आहेस. तुझ्या हुशारीचं चीज व्हावं, अशी माझी इच्छा आहे."

वास्तविक आयुष्यावर परिणाम करतील, असले हे निर्णय घेण्याचं हे मनोरमेचं वय नव्हतं. परंतु तिच्याजवळ एक दुर्दम्य आशावाद होता. आपल्या ठायी ही झगडण्याची शक्ती कोठून आली, हे अर्थातच तिला कळण्यासारखं नव्हतं. आपली आई कोण, आपला बाप कोण, याबद्दल तिला सगळा अंधार होता. आपल्याला भविष्यकाळ आहे पण भूतकाळ नाही, अशा विचारानं ती कधीकधी गरगरून जात असे. जमिनीवर अधांतरी उभ्या असणाऱ्या झाडाला बहरविण्याची विक्षिप्त आकांक्षा तिनं पोटाशी बाळगलेली होती. पण तिला माहीत होतं की, कृतघ्नतेचा किंवा अनृताचा वारस सांगण्यापेक्षा आपण एकट्याच आहोत, हेच बरं आहे.

तरीसुद्धा आपला पिता सुंदर असेल, का कुरूप असेल? आई सुंदर असेल, का नसेल? ते दोघे श्रीमंत असतील, की गरीब असतील? ते सत्चरित असतील की दुर्वर्तनी असतील, आपला जन्म एखाद्या मोहाच्या क्षणातून झाला असेल, का एखाद्या विश्वासघाताच्या पोटी झाला असेल याविषयी ती अनेकदा व्याकूळ होई. आपला पिता नट असेल, गायक असेल, डॉक्टर असेल, वकील असेल, कोण बरं असेल? त्याच्याकडून आपल्याला काही अंशरूपानं कर्तृत्व लाभलं असेल का? आपल्या आईबाबांनी एका क्षणिक सुखासाठी आपल्याला जन्म का द्यावा आणि आपल्याला असं अधांतरी फेकून देण्याबद्दल परमेश्वरानं त्यांना काहीच शिक्षा करू नये? आपल्या सुखाच्या एका क्षणाची किंमत एका कोवळ्या मुलीला आयुष्यभर द्यावी लागेल, एवढा साधा विवेक ज्या प्रौढ स्त्रीपुरुषांना करता येत नाही, त्यांना समाजाने शिक्षा करत जाऊ नये यापरतं ते दुर्भाग्य कोणतं? या आणि अशा अनंत विचारांनी मनोरमेचं मन पुष्कळ वेळा व्यथित होई. परंतु तेवढ्या क्षणापुरतीच आलेली मरगळ विसरण्याची कला ती

हळूहळू शिकू लागली.

आपल्या आईवडिलांबद्दल दादाजींना तिनं अनेकदा विचारलं आणि प्रत्येक वेळेला दादाजींनी उत्तर देण्याचं टाळलं. त्यांच्या अखेरच्या आजारात जेव्हा ती अगदी खनपटीला बसली, तेव्हा दादाजी म्हणाले,

"तुला ही माहिती कशाकरता हवी?"

"आपले आईबाप कोण हे नको कळायला?"

"कशासाठी?"

"कमाल करता! आईबापांना आपल्या मुलाची चिंता नसली, तरी मुलानं आईबाबांची चौकशी करायला काय हरकत आहे?"

"सगळीच हरकत आहे. कारण त्यातून काहीच निष्पन्न होणार नाही. समज, अशी कल्पना कर की आईबापांचा तुला थांग लागला, तरी तुला ते आपली मुलगी म्हणून ओळख देतील का?"

"का नाही देणार?"

"कारण उघड आहे. एकतर तुझे आईबाप एकत्र राहत नसतील. कारण नचपेक्षा कोणी आपली मुलं अनाथ आश्रमात नेऊन टाकत नाहीत. विवाह करण्याचं आमिष दाखवून कोणीतरी पुरुषानं एखाद्या अजाण स्त्रीला फशी पाडलं असेल आणि मग त्या क्षणिक अविचारातून तुझा जन्म झाला असेल. कदाचित असंही असेल, की एखाद्या विवाहित पुरुषानं एखाद्या अजाण कुमारिकेला मोहात पाडलं असेल. कदाचित कोणा चंगीभंगी बेछूट स्त्रीपुरुषांच्या मौजमजेतून तुझा जन्म झाला असेल. एक गोष्ट निश्चित, की तुझं अस्तित्व दोघांनाही असह्य झालं. समाजात सभ्यतेचे बुरखे पांघरणाऱ्या अनेक पापी नागरिकांच्या पापाचे चालते-बोलते पुरावे म्हणजे ही अनाथालयं. पण एक लक्षात ठेव; पाप त्यांचं होतं, तुझं नाही. मान खाली घालावी असं तुझ्या हातून काही घडलं नाही. घडलं ते त्यांच्या हातून, आणि म्हणून सांगतो की पापाचा शोध, पुण्यानं कधी करू नये. कारण त्यामुळं पुण्य मलिन होतं. परमेश्वराच्या स्पर्शानं माणसाला चैतन्य घडविण्याची शक्ती प्राप्त झालेली आहे. परंतु त्या शक्तीचा वापर करणारी आणि नियंत्रण करणारी सद्बुद्धी मात्र दुर्मीळ आहे. तुझी आई दुबळी असेल, बाप लबाड असेल; परंतु दुबळेपणाला काय किंवा अनृताला काय, सत्य ही कधीच न परवडणारी गोष्ट असते. तू जेव्हा तुझ्या आईबापांच्या दरवाजापाशी जाशील, तेव्हा ओळख पटली तरीही तुला कोणी ओळख देणार नाही. पंधरा-वीस वर्षांपूर्वीचं पाप सजीव होऊन साक्षात उभं

राहिलं, तरी ते स्वीकारण्यासाठी मन पोलादाचं लागतं आणि पोलादी मनाची माणसं घराच्या वळचणीखाली आपले बीज फेकीत नाहीत. म्हणून म्हणतो मनू, तुझे आई आणि बाप तो पालनकर्ता परमेश्वर मान. त्याच्या इच्छेनं तू जन्म पावलीस. प्रतिकूल परिस्थितीत वाचलीस, उपेक्षेत वाढलीस आणि त्याच्याच आशीर्वादानं बलिष्ठ झालीस. तुझी बुद्धी, तुझं रूप, तुझ्या हातापायांतलं बळ हेच तुझे मित्र आणि सवंगडी. तू मोठी होशील, तुझ्या आईबापांसारखी क्षुद्र आणि भित्री राहणार नाहीस, सत्याला सामोरी जाशील, भल्यासाठी धडपडशील आणि अनाथांना आधार देशील, अशी माझी खात्री आहे. तुला माझा आशीर्वाद आहे.''

*

ज्या इमारतीच्या वळचणीखाली ती आता उभी होती; ती इमारत अतिपुराण्या दुकानांची होती. त्या दुकानांत नाटकांना किंवा चित्रपट कंपन्यांना लागणारे कपडे, ड्रेपरी, प्रॉपर्टी... पुरवण्याचीही जुनी दुकाने होती. मागे केव्हातरी या दुकानात आल्याचं मनोरमेला स्मरलं. अद्यापि कानिटकरांच्या घरी जाण्यास खूप अवकाश होता व तिला थोडं दमल्यासारखं झालं होतं. मिळालं तर पिण्यास पाणी हवं होतं. ती हलकेच पायऱ्या चढून दुकानात गेली. दुकानात कोणी गिऱ्हाईक यायची ही वेळ नसल्यामुळे पेस्तनजी ड्रेसवाला डोळे मिटून भिंतीशी बसला होता. त्याला जागं कसं करावं, हा खरं म्हणजे तिला प्रश्न पडला. एकदोन मिनिटं ती घुटमळली. नंतर तिनं हेतुपुरस्सर काही आवाज केले. तरी निद्रेत तल्लीन झालेला पेस्तनजी जागा होण्यास तयार होईना. ह्या पेस्तनजीबद्दल तिनं खूप गोष्टी ऐकल्या होत्या आणि म्हणूनच दोन घटका गमतीत घालवायला हा माणूस चांगला आहे असं मानून ती दुकानात शिरली होती. पेस्तनजीला मराठी संगीत नाटकांचा फार शौक होता. रोज रात्री ज्या थिएटरात एखाद्या संगीत मराठी नाटकाचा प्रयोग असेल, त्या ठिकाणी हा म्हातारा हमखास हजर असे. मग ते नाटक तोलामोलाच्या चांगल्या कंपनीचंच असलं पाहिजे, असाही त्याचा हट्ट नसे. तो धूपाचा सुगंध, झगमगणारे फूटलाइट्स, चित्रविचित्र नटल्याथटल्या माणसांचे घोळके, वाद्ये जुळवण्यासाठी एकाग्र झालेले साथीदार, हे सारं आपल्या पिचपिच्या डोळ्यांत सामावून घेऊन तृप्त मनानं तो कुठल्यातरी कोपऱ्यात शांतपणे उभा असे. नाटकासाठी म्हणून त्यानं कधी तिकीट काढलं नाही आणि त्याला कोणी कधी मागितलेही नाही. नाटकात जेव्हा गाणं सुरू होई, तेव्हा त्याच्या पिचपिच्या डोळ्यांत एकदम चैतन्य जागं होई. ते अर्धेकच्चे सूर पाचपन्नास

वर्षांपूर्वीच्या जगात त्याला खेचून नेत. किंबहुना त्या जुन्या, शानदार, स्वरयुक्त जगाशी संबंध जोडण्यासाठीच चालू जमान्यातल्या नाटकाच्या आडोशाला तो उभा राही. त्यानं किती ऐकलं होतं, किती पाहिलं होतं, याला काही सीमा नव्हती, आणि म्हणून रात्ररात्र जागून भर दुपारी पेंगुळलेल्या डोळ्यांनी दुकानातल्या खुर्चीत बसलेला तो पुष्कळांना दिसे.

पेस्तनजीबद्दल नाट्यवर्तुळात जो काही आदर होता, तो पुष्कळ वेळा मनोरमेच्या कानावर आलेला होता; आणि म्हणूनच या दुकानाच्या पायऱ्या चढण्याचं धारिष्ट्य तिनं केलं होतं.

पेस्तनजी बराच वेळ झाला तरी जागा होईना, तेव्हा तिला वाटलं त्याला न उठवताच परत रस्त्याला लागावं, आणि त्या विचारानं ती पायऱ्या उतरू लागली. खरं म्हणजे समोरून येणाऱ्या माणसाशी तिची टक्कर व्हायची. धांदलीनं धावत येणाऱ्या त्या माणसाकडं पाहून क्षणभर तिच्या चेहऱ्यावर नाराजी प्रकटली. परंतु त्याचा तो विलक्षण खेळकर हावभाव पाहून, आश्चर्यानं अंग चोरून ती मागं सरकली. त्याच्या डोळ्यांतही विलक्षण आश्चर्य दिसत होतं. हा चेहरा यापूर्वी आपण कुठंतरी पाहिला आहे, असंही तिला वाटू लागलं. मात्र कुठं, हे तिला आठवेना. एवढ्यात तो म्हणाला,

"ओ, तुम्ही! इथं? What a surprise!" (काय आश्चर्य!)

"आश्चर्य कसलं त्यात?"

"महाराष्ट्रातली एक उत्तम गायिका, श्रेष्ठ अभिनेत्री आणि उमेदवार नेपथ्यकार भर दुपारी उन्हात..."

"का, इथं यायला मला बंदी आहे?"

"छे, छे! असं कोण म्हणेल? आणि तुम्हांला बंदी घालण्याचं सामर्थ्य तरी कुणाजवळ आहे, मिस् मनोरमा."

"माझं नाव तुम्हांला कसं माहीत?"

"भले! हा काय प्रश्न झाला? तुमच्यासारख्या श्रेष्ठ अभिनेत्रीचं नाव माहीत नसायला मी काय अरसिक आहे की काय? गुलाबाचा रंग जसा डोळ्यांना दिसतो, तसा त्याचा सुगंधही नाकाला जाणवतो. तुमचं कालचं काम अगदी ए-वन् झालं, आणि तुमचा मालकंस तर चांगलाच जमला होता. वा! फारच छान!"

"कालच्या नाटकाला तुम्ही आला होता?"

"अरे, म्हणजे काय?"

"महिला मंडळाच्या एका अगदी सामान्य नाटकाला तुम्ही आला होता?"

"ज्यात तुम्ही होतात, ते नाटक सामान्य कसं असेल!"

"मला असली खोटी स्तुती आवडत नाही."

"पण तुम्हांला ती खोटी का वाटते?"

"काही असो, मला खुशमस्करी आवडत नाही."

"हे ठीक आहे बुवा. तुम्ही नाटकं चांगली करायची, जीव तोडून गायचं, आणि तरीसुद्धा आम्हांला ते नाटक आवडून आम्ही ते चांगलं म्हणायचं नाही, हा जुलूम आहे."

"खरंच तुम्हांला ते नाटक आवडलं का?"

"नाटक तर चांगलंच होतं; पण तुम्ही, तुमचा आवाज काय वर्णन करू? आपण तर तुमच्यावर खूश आहोत."

"माझ्यावर?"

"नक्कीच."

"हे पाहा, एका अपरिचित स्त्रीशी अशा तऱ्हेनं लाघटपणानं बोलणं हे काही चांगलं समजलं जात नाही."

"पण अपरिचित नाहीच आहे मी! चांगला तुमचा-माझा परिचय झालेला आहे, ओळख झालेली आहे. आता तुमचं स्मरण धड नाही, त्याला माझा इलाज नाही."

मनोरमा त्याच्याकडे एकटक बघत राहिली. हा चेहरा ओळखीचा वाटावा, परंतु ओळख पटू नये, हे कोडं काही केल्या तिला उलगडेना. तिनं पुन्हा पुन्हा आठवून पाहिलं, तरी असा पुरुष कधी व कुठं भेटला, याचा अंदाज तिला घेता येईना.

या संभाषणानं बहुश: पेस्तनजीकाकाला जाग आली असावी. तो खुर्चीवरून उठला आणि दारात येत म्हणाला–

"अरे, डिकरा तू?"

"होय, चाचाजी. आम्ही इथं खोळंबून राहिलोय, आणि सूधबूध घालवून तुम्ही झोपून गेलेत."

"रात्री जागलेवर दुपारी झोप येल का नाय? काल साला रात्री तो लै मजा केला तू, डिकरा. आमी दुरून पाहात होते पण कोणी तुला पेहचानलं नाय." तोंडावर बोट ठेवून तो तरुण काकाजीला उद्देशून म्हणाला.

"चूप! काकाजी, चूप." तोपावेतो तोंड फिरवलेल्या मनोरमेकडं काकाजीचं लक्ष गेलं.

"डिकरी, तू कवा आली?"

"मी तर त्यांच्या आधी आले."

"अरे, कानिटकरशेठ, लेडीज फर्स्ट."

"यांचं नाव कानिटकर आहे?" मनोरमेनं आश्चर्यानं विचारलं.

"तो? ये मुकुंद कानिटकर. ए तो जस्टिस कानिटकर का डिकरा."

"म्हणजे वासंतीबाई कानिटकरांचा..."

"हां, हां! मी त्यांचा पुतण्या."

"तरीच."

"तरीच काय?"

"तुम्हाला कुठंतरी पाह्यल्यासारखं का वाटलं, हे आता माझ्या लक्षात आलं."

"ते कसं काय बुवा?"

"तुमच्या नि तुमच्या चुलतबहिणीत किती साम्य आहे हो! तुम्ही जर स्त्रीचा मेक-अप केलात तर अगदी वासंतीबाईंच्या मुलीसारख्या दिसाल."

या तिच्या उद्गाराबरोबर ते दोघं खूप मोठमोठ्यानं हसू लागले. त्यांचं हसणं काही केल्या थांबेना.

"एवढं हसण्यासारखं काय झालं यात?"

"कल्पना मोठी आवडली मला. करून पाहायला हवी एकदा. बाकी माझी बहीण कशी वाटली तुम्हाला?"

"चांगल्या होत्या की..."

"तिला मात्र तुम्ही फारच आवडलात हं."

"काहीतरी थापा नका मारू. एक-दोन मिनिटांच्या भेटीत कुणी कुणाला आवडणं शक्य नाही."

"पण आमच्या ताईचं एक बरं आहे. तिचा स्पर्श ज्याला होतो, त्याचं भाग्य उदयाला येतं."

"म्हणजे?"

"तिच्यात काहीतरी दैवी शक्ती आहे."

"पण वासंतीबाई मला तसं काही बोलल्या नाहीत."

"तसं कशाला? त्याचा तुम्हांला आता प्रत्ययच येईल. तुम्ही आता आमच्या घरी निघाला आहात ना? चला, तुम्हाला मीच नेतो." दोन पावलं पुढं होऊन चाचाजींच्या हातात त्यानं एक पिशवी ठेवली व हलक्या आवाजात त्यांच्याशी काहीतरी तो बोलला व लगेच तिच्याजवळ येत म्हणाला,

"चला!"

तिला घेऊन तो रस्त्यावर आला. रस्त्यावर उभ्या असलेल्या एका स्कूटरजवळ

गेला नि त्याने स्कूटर चालू केली. मागच्या सीटकडं बोट दाखवीत तो म्हणाला—
"या, बसा."

आजपावेतो मनोरमा स्कूटरवर कधीच बसली नव्हती. परपुरुषाला इतकं लगटून बसायचं, हे तिला कसंसंच वाटत होतं. डोक्यावर असलेलं रणरणतं ऊन, घशाला पडलेली कोरड आणि या हसतमुख तरुण माणसाच्या चावऱ्या संभाषणानं तिला आणलेली बेहोषी या साऱ्यांमुळं नाराजी व्यक्त करण्याचं ती विसरूनच गेली. त्यानं तिला स्कूटरवर नीट कसं बसायचं ते शिकवलं, आणि रस्ता चढाचा असल्यामुळं घट्ट धरायला सांगितलं. त्याच्या सांगण्यातली अदब, निरागसपणा मनोरमेला जाणवत होता आणि त्यामुळंच तिच्या मनातल्या साऱ्या शंका क्षणात विरून गेल्या. स्कूटर सुरू झाली त्या पहिल्या धक्क्यानंच ती त्याच्याकडं ओढली गेली. चढाच्या रस्त्यावर आपण घसरून पडू या भीतीनं ती त्याला घट्ट धरून ठेवीत होती, आणि चढण संपून गाडी नेपिअन सी रोडच्या दिशेनं उतरू लागली, तेव्हा सीटवर घट्ट रोवून बसणं कठीण होऊन ती त्याच्या दिशेनं अधिकच कलंडली. का कुणास ठाऊक, उन्हाची तीव्रता तिला कमी भासू लागली, तहानेचाही तिला विसर पडला. हा रस्ता कधीच संपू नये, आणि या खांद्याचा आधार असाच घेता यावा, असा एक अद्भुत विचार तिच्या मनात प्रथमच उमटला. काहीतरी दिव्य शक्तीने भारावून जाऊन, स्वत:चं अस्तित्व विसरून जाऊन, स्वत:कडेच तिऱ्हाईतपणे पाहण्याची स्वत:ला शक्ती यावी असं काहीसं घडलं आहे, हे तिच्या ध्यानी आलं. आयुष्याला आपल्या शक्तीबाहेरचे काही बंध आहेत, या जाणिवेनं ती अधिकच अंतर्मुख झाली. भूतकाळ नि भविष्यकाळ यांच्या सीमारेषेवरचा क्षणिक वर्तमानकाल हाच फक्त खरा आहे, ही सुखद जाणीव तिच्या गात्रा-गात्रांना जाणवत होती. सुसाट वाऱ्यामुळे हवेबरोबर पळणारे तिचे केस सावरताना तिची त्रेधातिरपीट होत होती. आपल्याला भिवविण्यासाठी मुद्दामच गती वाढवली जात आहे, या जाणिवेनं ती त्याच्या कानाशी पुटपुटली.

"जरा हळू."

त्यानं स्कूटरची गती एकदम मंद केली आणि तो म्हणाला—

"वेगाची एवढी भीती वाटते?"

"वेगाची नाही, तुमची भीती वाटते."

"माझी? ती का?"

"स्त्री जिंकण्यासाठी पुरुष अवास्तव साहसाला तयार असतात."

"पूर्वानुभव?"

मनोरमा हसली. शब्दांत हरणाऱ्या जातीपैकी तो नव्हता. सुसाट वारा, अफाट वेग हीच त्याची जात होती. पण तरीही त्यात शानदार अदब होती आणि तीही नाटकी नसावी. गाडी मंद झाली होती त्याचा फायदा घेऊन तो म्हणाला,

"समोरच्या हॉटेलात काही थंड घेऊ या?"

"तुमच्या घरी काही देण्याची प्रथा नाही का?"

तो एकदम चमकला. ही मुलगी चांगलीच सावध आहे, हे त्याला जाणवलं. तो म्हणाला–

"माझ्या घरी सारं काही मिळेल हो. पण माझ्यासमवेत या हॉटेलात मिळणाऱ्या थंड पेयाची सर त्याला येणार नाही. पण तशी मी जबरदस्ती करीत नाही." दोघांनी एकमेकांकडे रोखून पाहिलं आणि परस्परांच्या शक्ती आपण जोखल्या आहेत, हे दर्शविणारं हास्य दोघांच्याही ओठांवर उमटलं. ती म्हणाली...

"चला, घेऊ या आपण काहीतरी."

स्कूटर थांबवून दोघंही हॉटेलमध्ये शिरले. त्याच्या बरोबर जोडीनं जाताना इतरांच्या डोळ्यांतील आश्चर्य आणि मत्सर दोन्हीही तिच्या तीक्ष्ण डोळ्यांनी टिपून घेतले आणि क्षणभर एका कृतार्थतेचे रोमांच तिच्या सर्वांगावर फुलले.

*

नाटकी जगात वावरायला लागल्यापासून मनोरमेच्या मूळच्या शहाणपणाला आणखीन एक धार आली होती. आजवर कधी कडवट न बोलताही तिनं पुरुष-सहवास टाळला होता. अर्थात तिच्याबद्दल अनंत तऱ्हेचं कुतूहल असूनही तिच्या डोळ्यांतली करारी, कुतूहलशून्य दृष्टी आणि जेवढ्यास तेवढे वागण्याच्या अलिप्तपणामुळं कोणाही पुरुषाची आजवर तिच्याशी मैत्री होऊ शकली नव्हती. नाटकी जगातल्या सराईत पुरुषांपासून तर ती कटाक्षानं दूर राहिली होती. दादाजींचे शब्द तिला नेहमी आठवत. पुरुषजात स्वार्थी आहे आणि कोणत्याही अपराधासाठी त्याला शिक्षा होत नाही. स्त्रीला मात्र क्षणिक सुखासाठी आपलं सर्वस्व गमवावं लागतं. पुरुषांच्याविषयीची एक तीव्रतर अशी चीड आणि सावधानता तिच्या अंत:करणात सदैव धुमसत असल्यामुळं पुरुषी लोभी नजरांपासून तिचं लावण्य, तिचा सुरेल आवाज, तिचं एकाकीपण हे सारं सुरक्षित राहिलं होतं.

परंतु निसर्ग काही चमत्कार करीतच असतो. नाटकांतून प्रणयातुर नायिकेचा खोटा अभिनय करतानासुद्धा कुठंतरी काहीतरी अद्‌भुत असे सल उमटून जात असत. संयमाचे बंध कितीही बांधले, अवखळ मनाला कोंडवाड्यात कोंडले

किंवा जोडीदारासंबंधीच्या कल्पनेला काळा रंग लावला, तरी गात्रागात्रांतून लपून राहिलेली निसर्गाची शरणशक्ती जागी होत राहतेच. मनोरमेच्या मनात पुरुष-जातीविषयी कितीही तिरस्कार असला, तरी जन्मापासून एकाकीपणाचे चटके भोगणाऱ्या त्या मुलीला सोबती हवा होता. तिला भय वाटत होतं, की आपलं जन्मरहस्य कळल्यानंतर कोणीही चांगल्या थोर कुळातला पुरुष आपला स्वीकार करणार नाही याचं; आणि रस्त्यावरच्या कोणाही पुरुषाची सोबत तर तिला नकोशी होती. तिची रुची, बौद्धिक देवघेव, सुसंस्कृत जीवनाविषयीची अभिलाषा, यासाठी तिला हवा होता अनेक स्त्रियांच्या मत्सराचा विषय होणारा– प्रिन्स चार्मिंग. आपल्या अपेक्षा अवास्तव आहेत, वस्तुस्थितीला सोडून आहेत हे तिला कळत नव्हतं, असं मुळीच नाही. परंतु मनासारखा जोडीदार नसेल, तर जोडीदाराशिवाय आयुष्य काढायची तिची तयारी होती.

रेस्टॉरंटमधल्या अनेकांच्या मत्सरी नजरा झेलीत सोबतच्या तरुण जोडीदाराबरोबर अनेक तरुणांची हृदये घायाळ करीत ती जेव्हा खुर्चीवर विसावली, तेव्हा ती अगदी मोहरून गेली होती. मुकुंद कानिटकराला ओळखणारे तिथं पुष्कळ लोक होते. त्यांच्या wishes (स्वागत) स्वीकारताना तोही खुशीत आला असावा, कारण खुर्चीवर येऊन बसल्यानंतरसुद्धा तो काही बोललाच नाही. त्या दोघांवरही पुष्कळ नजरा घुटमळत होत्या, याची दोघांना जाणीव होती व त्या जाणिवेचा थोडाफार परिणाम होऊन दोघेही अवाक बनले होते.

आपल्या अंगाचा घमघमाट दाही दिशांत भिरकावीत, आपल्या पुष्ट अवयवांना हेतुपुरस्सर झोके देत व लोकांना त्याचं अस्तित्व स्पष्ट करीत, कमीत कमी कपडे पेहरणारी एक भडक आणि उथळ स्त्री त्यांच्याकडे येत होती. ती आपल्याकडेच येत आहे याची खात्री होताच मनोरमा अंग चोरून सावरून बसली आणि तिच्या ध्यानात आलं, की मुकुंदाच्या डोळ्यांतही एक नाराजी आहे. त्या नाराजीनं ती सुखावली. पण त्या उथळ स्त्रीबरोबर मुकुंदाची सलगी असावी, या कल्पनेनं अकारण तिला हुरहुर वाटली. वास्तविक या अनोळखी तरुण पुरुषाशी तसा तिचा काय संबंध होता? खरंतर अजून त्याची-तिची नीटशी ओळखही झालेली नव्हती. पण का कोणास ठाऊक, ही स्त्री आता इथं आली नसती तर बरं झालं असतं, असं तिला वाटलं. ती स्त्री पुढं आली आणि तिनं आपला हात मुकुंदाच्या पुढं केला. थोड्याशा अनिच्छेनं त्यानं तो हातात घेतला आणि मनोरमेकडं तोंड वळवीत तो म्हणाला–

"मीट मिस् आजरेकर– मनोरमा आजरेकर आणि मनोरमा, ही पुष्पा

साळवी...''

"यांनीच कालच्या नाटकात काम केलं होतं नाही कारे मुकुंद? फार सुंदर काम झालं हं तुमचं, तुमचं पहिलंच का हो काम हे?''

"बसा ना, उभ्या का?''

"छे, छे! तुमच्या दोघांच्या भेटीत मी व्यत्यय नाही आणणार. टू इज कंपनी अँड थ्री इज् क्राऊड, हे माहीत आहे मला. मुकुंद अलीकडं आम्हांला दुर्मीळ झालाय्– तो का हे आता समजलं.''

"ए, हे काय मूर्खासारखं बोलते आहेस पुष्पा? यांची-माझी अजून ओळखसुद्धा नीट झालेली नाही...''

"मग एवढी प्रगती कशी केलीस इतक्यात?''

"अगं, वाटेत या भेटल्या. आमच्याच घरी निघाल्या होत्या. म्हटलं, चला मीच घेऊन जातो.''

"ते असू दे. यांचं नाटकातलं काम तुला कसं वाटलं रे?''

"काय प्रश्न आहे! मला तर वाटतं, अभिनयसंपन्न अशा एका गायक नायिकेची उणीव त्या भरून काढतील.''

"म्हणजे? पाहिलंस तू कालचं नाटक तर?''

"त्याशिवाय सांगतो की काय?'' असं म्हणता म्हणता त्यानं ओठ चावला.

"आणि मग, दिसला नाहीस कुठं तू? बसला तरी कुठं होतास?''

"मी होय? मी होतो मागं उभा. अगदी शेवटी.''

"काहीतरी थापा मारू नकोस हं मुकुंदा. तू आला असशील म्हणून मी सारं थिएटर पालथं घातलं. मलाही जागा नव्हती. तेव्हा मी पण मागंच येऊन उभी राहिले होते.''

"नाही नाही, कदाचित मी वरती असेन बाल्कनीत.''

"आता मात्र हद्द झाली. तिथं तर सगळ्या बायकाच होत्या. त्यापेक्षा सरळ सांग ना, वासंतीबाईच्या शेजारी बसून नाटक पाहिलंस म्हणून.''

"नाही बुवा!''

"हे बघ, तुझ्या साऱ्या कळा मी ओळखते. मी मी म्हणणाऱ्यांना तू अभिनयानं लाजवशील, हे मला माहीत आहे. मात्र तुझा कालचा अभिनय लाजवाब होता. मीसुद्धा चकले रे!''

"ते जाऊ दे गं. आपण पुन्हा भेटू कधीतरी.''

"बरं का मनोरमा, यू शुड् बी प्राउड ऑफ मुकुंद. काल त्यानं अगदी

कमाल केली.''

"ए पुष्पा, माफ कर ना! आम्हांला जरा बोलू देशील की नाही?''

"वा रे वा! पे द डेव्हिल हिज् ड्यूज (सैतानाचं देणं जेव्हाचं तेव्हा दिलेलं बरं). बरं का मनोरमा, तू भाऊराव कोल्हटकरांची दंतकथा मागं ऐकली असशील. ते स्त्री-पार्ट इतका चांगला करीत, की एकदा ते कोल्हापूरच्या अंबाबाईच्या देवळात स्त्रीवेषात जाऊन आले होते म्हणे! मला हे अगदी खोटं वाटे. स्त्रीवेषात पुरुष अगदी किळसवाणे दिसतात, असं मला वाटायचं...''

"पुष्पा, ए बया, आता थांब! तुझं चऱ्हाट थांबणार तरी केव्हा?''

"सांगा हो पुष्पाताई. यांची कर्तबगारी तर कळू दे.'' मनोरमेचे कुतूहल जागं झालं होतं.

"काल रात्री वासंतीबाईंच्या बरोबर त्यांची मुलगी आली, असं मला कोणीतरी सांगितलं. म्हणून मी तिची ओळखही करून घेतली. माझ्यासारख्याच पुष्कळांनी तिची ओळखही करून घेतली. आम्ही साऱ्याजणी काय चकलो पण! वासंतीबाईंनी कोणाशी तरी पैज मारली होती आणि तेवढ्यासाठीच त्यांनी स्त्रीवेषात आपल्या पुतण्यालाच नाटकाला आणलं होतं. मुकुंदा, मी जर पुरुष असते की नाही, तर कालच्या तुझ्या स्त्रीमूर्तीशी एकदम लग्नच करून टाकलं असतं. काय मार्व्हलस् दिसत होतास तू! कॉग्रॅच्युलेशन्स हं. मिस् मनोरमा, तुम्ही काय अभिनय केलात असा विलक्षण सुंदर अभिनय यानं केला. कॉँग्रॅट्स हं. अच्छा, घेऊ रजा...'' असं म्हणत पुष्पा आपल्या जागेकडं वळली.

मनोरमेला काय बोलावं तेच कळेना. तिच्या डोळ्यांत एवढी आग फुलली होती, की त्या आगीची धग काही न बोलताच मुकुंदाला लागली होती. ती उठली आणि त्याच्याशी काही न बोलता चालू लागली. मुकुंदाही उठला आणि तिला गाठण्यासाठी तिच्या रोखानं जाऊ लागला. ऑर्डर्स घेण्यासाठी आलेला वेटर आश्चर्यानं हा पाठशिवणीचा खेळ पाहत होता. पुष्पा साळवीच्या डोळ्यांतला विजय, इच्छा नसतानाही मुकुंदाच्या ध्यानात आला. परंतु मनोरमेला गाठण्याच्या घाईत त्या साऱ्याकडं दुर्लक्ष करणं त्याला भाग होतं. तो रस्त्यावर येईपर्यंत योगायोगानं समोर उभ्या असलेल्या बसमध्ये मनोरमेला शिरताना त्यानं पाहिलं. योगायोगानं हाती लागलेल्या एका सुवर्णक्षणाची माती झाली, या दु:खाच्या जाणिवेनं तो बेचैन झाला. मनोरमेच्या पहिल्याच दर्शनानं त्याला कुठंतरी जखम झाली होती; आणि त्या जखमेला आता कोणतंही औषध नव्हतं. आज ना उद्या केव्हातरी ती आपल्याला भेटेल, आणि आपण तिची समजूत काढू

शकू, एवढ्याच एका दिलाशावर संतुष्ट राहायची त्याची तयारी नव्हती. काहीतरी विचार मनात पक्का करून तो स्कूटरपाशी आला. सारा असंतोष आणि संताप स्कूटरच्या किकमध्ये व्यक्त झाला आणि का कोणास ठाऊक, त्याला एकदम हसू फुटलं. त्याच्या एका मित्राची कविता त्याला आठवली...

'वेदनेची चैन आहे भान नाही पाऊला...'

*

बस चालू झाल्यावर मनोरमेनं मागे वळून पाहिलं, तेव्हा हतबुद्ध झालेला मुकुंदा तिच्या दृष्टीस पडला. एवढ्याशा अल्पस्वल्प परिचयात आपण त्याच्याबरोबर हॉटेलपर्यंत आलो कसे आणि पुरुषाला जवळ न येऊ देण्याच्या निर्धाराला आपण तडा लावू दिला कसा, हाच तिला प्रश्न पडला. मुकुंदाची चालचलणूक, वागण्यातील अदब, नेटकं सौंदर्य यांमुळे तर आपल्याला भ्रम झाला नसेल? का त्याच्या खानदानाचा आपल्याला मोह पडला?

स्त्रीवेषात खरोखरीच मुकुंदा काल रात्री नाटकाला आला असेल, तर त्याचं कौतुकच करायला पाहिजे. या जमान्यात भर नाट्यगृहात सगळ्यांचे डोळे वेधून घेईल अशा प्रतिष्ठित स्त्रीबरोबर नि प्रतिष्ठित स्थानी बसून स्त्री म्हणून वावरणं हे किती अवघड आहे, याचा ती अंदाज करू शकत होती. शिवाय स्त्री म्हणून देखणेपण होतं ते निराळंच. त्या लोभस देखणेपणाच्या जोरावरच मुकुंदानं स्त्रीवेषात रंगपटात येऊन आपली ओळख करून घेण्याचं धाडस केलं. हाच हात त्यानं हातांत घेतला होता. त्या हातात काही निराळा स्पर्श होता, हेही तिला आठवलं. सहजगत्या घडतंय असं तिला दाखवून त्यानं तिचा गालगुच्चा घेतला, त्या आठवणीनं ती रोमांचित झाली. आपण मुकुंदावर रागावून त्याला सोडून आलो, याचाही तिला क्षणभर विसर पडला. काल रात्री तिच्या गालावर जो स्पर्श उमटला, तो आता नव्याने तिला जाणवू लागला; आणि त्या स्पर्शाची एक निराळीच हाक तिच्या कानात गिरगिरू लागली.

तिच्या डोक्यात कधीकाळी भेटणाऱ्या आपल्या जोडीदारासंबंधीच्या ज्या छाया असत, त्याच जणू मुकुंदाच्या रूपानं सजीव होऊन आपल्याला भेटल्या, हे जाणवताच, आपण रागावलो ते कशासाठी आणि कोणावर, हेच तिला कळेनासं झालं. स्त्रीवेषात का होईना, पण एका स्त्रीच्या संमतीवाचून तिच्या गालाला स्पर्श करणं अनुचित असलं, तरी त्याचा हेतू हावरेपणाचा नव्हता. ज्या वखवखलेल्या हावऱ्या डोळ्यांना तिला प्रतिदिनी टाळावं लागे, तसल्या जातीचे

मुकुंदाचे डोळे नाहीत. मग आपण आता का रागावलो? कोणीतरी अकस्मात आपल्यापुढं सुखाचा पेला केला असता आपण तो झिडकारून का लवंडला? आता मुकुंदा आपल्याला कधीही भेटणं शक्य नाही. आपणहून त्याचा अव्हेर केला, हे काही चांगलं झालं नाही.

मनोरमेच्या डोळ्यांसमोर अपेक्षा, अपमान आणि दया यांवर आधारलेला आपल्या साऱ्या आयुष्याचा कालखंड उभा राहिला. अनाथालयात वाढलेल्या, आई-बापांचा पत्ता नसलेल्या, जगातील दयेवर पोसलेल्या आपल्यासारख्या एकाकी निर्धन स्त्रीनं असली स्वप्नं डोळ्यांसमोर आणताच कामा नये. आपण कदाचित रूपानं बऱ्या असू, आपला आवाजही श्रवणीय असेल, नाटकांतला अभिनय थोडाफार आपल्याला जमत असेल; पण हे सारं आपल्या ऐहिक उत्कर्षाप्रत नेण्याला समर्थ आहे का? आपल्याला एक चांगला इमला राहायला मिळेल, उंची वस्त्रे ल्यायला मिळतील, तिन्हीत्रिकाळ सुग्रास भोजन मिळेल? मिळेलही. परंतु या समाजात प्रतिष्ठित आयुष्य काही आपण विकत घेऊ शकणार नाही. विवाहाच्या बाजारात रूप-गुणांबरोबरच कुल-शीलाची चौकशी होईल, तेव्हा आपली मान खाली घालण्यावाचून आपण काय करू शकणार? कोणतंही प्रतिष्ठित कुटुंब आपला गृहलक्ष्मी म्हणून स्वीकार करणार नाही; आणि बाह्य गुणाला भुलून किंवा भाळून, जर आपल्याला कोणी घरात येऊ दिलंच, तर त्यामागे उपकाराची भावना असेल. सतत खाली मान घालून त्या ताठ मानेच्या घरात आपल्याला वावरावं लागेल. ते सारं घर 'एका अहल्येचा आम्ही उद्धार केला' या भावनेनं आपल्याकडे सदा कुचेष्टेनं पाहील, आणि मग आपल्याला आपलं आयुष्य किळसवाणं वाटेल. आपल्यासारख्याच खालच्या मानेच्या पुरुषाबरोबर आपण संसार केला, तर आपल्या मुलांना आपण उच्च संस्कार कसे देऊ शकू? का आईबापांप्रमाणेच समाजाच्या दातृत्वावर जगता जगता त्यांनाही आपलं आयुष्य गुदरावं लागेल! छे छे! हा असला डावा संसार माझ्याच्यानं होणार नाही. पाणी मिळत नसेल म्हणून चिखल का कोणी प्राशन करील? तहानेनं व्याकूळ होऊन प्राण गेला तरी चालेल; तरी पण आपल्या आयुष्याला चिकटलेला डाग चिघळू द्यायचा नाही.

पण ज्याला माणसांच्या गुणांची कदर आहे, ज्याला अंतिम सत्य आणि असत्य कळतं, असा एखादा उदार पुरुष उपकारासाठी नव्हे, तर न्यायासाठी आपला हात पुढे करील काय? माझ्यातल्या कुठल्यातरी गुणावर माझ्या ठायी त्याचं मन गुंतेल काय? आई-बाप, कुलपरंपरा या सर्वांपेक्षा माणसाचं मोठेपण त्याच्या स्वत्वात असतं

असं जर त्याला खरोखरीचं वाटलं, तरच माझ्यातलं हे उणेपण तो खऱ्या अर्थानं विसरू शकेल. आपल्या सहचारिणीला आपण उपकृत केले, अशा भावनेनं त्याचा अहंगंड जागता राहणार नाही. उलटपक्षी, एका एकाकी, वंचित, दुःखी जिवाच्या जखमांवर तो ममतेनं औषधोपचार करील; पण त्यानं तसं का करावं? अशा उत्तम खानदानाच्या सुंदर पुरुषासाठी, कुलशीलवान, धनवान अशा मुली समाजात असताना त्यानं या धोक्याच्या रस्त्याला पाऊल टाकावंच का?

पण प्रेम हे असे अद्‌भुत रसायन आहे, की ज्याच्या स्पर्शानं लोहाचंसुद्धा सोनं होतं. एखादी व्यक्ती आपल्याला का आवडावी, याला कसला आलाय कार्यकारणभाव? एकदा आवड उत्पन्न झाली, की त्या व्यक्तीच्या ठायी असणाऱ्या गुणावगुणांच्या गणितात आपल्याही रुची बेतल्या जातात. काळा रंग सावळा वाटतो, घारे डोळे बुद्धिदर्शक वाटतात, ठेंगणेपण अटकर बांधा वाटतो आणि म्हणून सारे संसार सुखाचे होतात. आपलेपणात एक संपन्नतेची विलक्षण शक्ती आहे.

मुकुंदाच्या डोळ्यांत तिला तो आपलेपणा सापडल्यासारखा वाटला होता. एवढ्याशा अल्प परिचयात निश्चितपणे जरी काही सांगता आलं नसतं, तरी तिला असं काहीतरी जाणवलं होतं, की ते तिला शब्दांकितही करता आलं नसतं. जगात अशी एक भाषा आहे, की जिला शब्द नाहीत, स्वर नाहीत; परंतु त्या भाषेत माणसं देवघेव करू शकतात. उलट, त्याच भाषेत अधिक चांगली देवघेव होते. मनोरमेच्या लक्षात ती भाषा आली होती आणि म्हणूनच आता आपलं काहीतरी चुकलं, याची चुटपुट तिच्या मनात उत्पन्न झाली होती.

बस कुठल्यातरी स्टॉपवर थांबली होती. तिनं बाहेर पाहिलं तेव्हा तिच्या लक्षात आलं, की आपण ताडदेवला येऊन पोचलो आहोत; म्हणजे पुन्हा दुसऱ्या बसनं हॉस्टेलवर जाणं आलं. त्यापेक्षा ज्या वृत्तपत्रात ती काम करत होती तिथंच नेहमीपेक्षा तास दोन तास लवकर जावं, असं तिनं मनाशी ठरवलं आणि ती बसमधून खाली उतरू लागली.

ती खाली उतरताच समोर मुकुंद उभा असलेला पाहून ती नुसती चकित झाली असं नव्हे, तर अत्यानंदानं तिच्या गात्रांतलं त्राण जातंय, असं तिला वाटलं. अगदी कळत नकळत तिनं हात पुढं केला, मुकुंदानं तो घेतला आणि कोणत्याही स्पष्टीकरणाशिवाय रागलोभ सारे ती विसरून गेली आणि शब्दांना जे सांगता आलं नाही, ते तो स्पर्श सांगू लागला.

*

मनोरमेची आणि मुकंदाची तशी आता पुष्कळच ओळख झाली होती.

त्यांची गाठभेट पुष्कळदा पडली होती. कधी हॉटेलात, कधी मलबार हिलवर, कधी एखाद्या नाटकगृहात. साध्या गोष्टीच बोलल्या जात असत; पण त्या साधेपणाला एक सुगंध प्राप्त होत होता. दोन कलासंपन्न, रुचिसंपन्न माणसं एकत्र आली, की जीवितातल्या सुखद स्वादाबद्दल जसं बोललं जाईल तसंच त्यांचं संभाषण होत असे. मुकुंदानं कधीही आपली मर्यादा ओलांडली नाही; किंवा तो कधीही लागटपणाने वागला नाही. एकाच हौशी नाट्यसंस्थेत ते सामील झाले होते. एकाच नाटकात दोघांनी काम करायचं पत्करलं होतं. त्यामुळं त्याच्या गाठीभेटींना थोडं शिस्तबद्ध स्वरूप आलं. नाटकांच्या तालमीसाठी रात्री अकरा-साडेअकरापर्यंत दोघं एकत्र असत आणि तिला तिच्या हॉस्टेलवर पोचवण्याचं काम आपोआपच त्याच्याकडं आलं होतं. रोज रात्री त्याच्या खांद्यावर भार टाकून स्कूटरवरून फिरण्यात जो आनंद होई, तो तिला पहाटेपर्यंत पुरत असे. दिवसभराच्या धकाधकीच्या मामल्यातनं क्षणभराची जेव्हा उसंत मिळे, तेव्हा तेव्हा तिला मुकुंदाची आठवण येई आणि केव्हा एकदा त्याची भेट होते यासाठी ती अस्वस्थ होई. घवघवीत हास्य करणारी त्याची प्रसन्न मुर्ती पाहिली आणि 'तुमचं काय बुवा, तुम्ही हिरॉइन' अशा तऱ्हेत तो चेष्टा करू लागला, आणि ज्या संभाषणाला आरंभही नाही आणि अंतही नाही असं ते संभाषण रंगू लागलं, म्हणजे अंतर्बाह्य तृप्त होऊन ती नुसती गप्प राही, आणि त्याच्या चेष्टेला खाद्य मिळेल एवढ्यापुरते हुंकार देई.

संभाषणाच्या ओघात सर्वसामान्यत: आपलं बालपण, जन्मगाव, आपल्या शाळा, मास्तर, मित्रमैत्रिणी यांचा उल्लेख येतो; पण मनोरमेच्या संभाषणात असे उल्लेख फारसे येत नाहीत, हे मुकुंदाच्या ध्यानात आलं. भूतकाळातल्या सामान्य गोष्टींना नेहमीच एक सोनेरी अस्तर तयार होतं आणि 'काय सांगू, काय मजा होती तेव्हा', असं चविष्टपणानं भूतकाळाचं विरही गाणं गाणे हे सर्वांना आवडतं. या मनुष्यस्वभावाचा फायदा पुष्कळ लेखक घेतात, हेही त्याला अनुभवानं माहीत झालं होतं. आपण राहिलो ती मोडकी चाळ, गचाळ शेजारी, दरिद्री संसार हे आत्ताच्या सधन आणि संपन्न संसारापेक्षाही माणसाला आवडतात; कारण त्या संसारातले विटके रंग त्याने मनाच्या कोशात गडद करून राखून ठेवलेले असतात. वर्तमानाची गती फार मंद असते. त्यापेक्षा कल्पनेच्या गतिमान अबलख वारूवर स्वार होऊन मन मानेल त्या क्षणापाशी आपण जाऊन पोचू शकतो.

असं असूनसुद्धा भूतकाळातल्या आठवणींत मनोरमा रमत नाही याला काहीतरी कारण असावं किंवा कदाचित भविष्यकाळाच्या न उलगडलेल्या पटाची

प्रतीक्षा करणाऱ्या भाववेड्या माणसांपैकी ती एक असावी, असं त्याला वाटलं. अशा माणसांना सारी ज्ञात आणि अज्ञात सुखं केव्हाही लाभू शकतात. परंतु ती शंका त्याच्या मनात फार वेळ घर करून राहू शकली नाही. ती मोजकंच बोले. मुद्द्याचंच बोले आणि त्या बोलण्याला एक नेटकेपण असे.

केव्हातरी नाटकाची तालीम आयत्या वेळी रद्द झाली म्हणून ते दोघेजण बाहेर पडले आणि एका इंग्रजी चित्रपटाला गेले. आयत्या वेळेला जाऊनसुद्धा चित्रपटाचे तिकीट मिळू शकलं यावरून तो चित्रपट काय लायकीचा होता, हे उघडच होतं. पण मुकुंद आणि मनोरमेच्या लेखी तो चित्रपट काही तितका वाईट निघाला नाही. एकतर एकमेकांच्या संगतीत, थंडगार वातावरणात बसणं यापरतं अधिक चांगलं सुख त्यांच्या लेखी नव्हतं. त्यात एका रांगड्या मुलीची प्रेमकहाणी समोरच्या पडद्यावर आकारत होती. उच्चभ्रू समाजातला एक प्रतिष्ठित धनिक इसम सहजगत्या एका खेड्यात गेला आणि प्रथमदर्शनीच तिथल्या सुस्वरूप पण गावंढळ मुलीच्या प्रेमात पडला. तिचा स्वतःचा आणि इतरांचा विरोध मोडून काढून त्यानं तिच्याशी लग्न केलं. लग्नानंतरचे काही होषाचे दिवस संपल्यानंतर त्याच्या ध्यानात आलं, की या बाईला दुसरं काही येत नाही. ज्या समाजात तिला वावरायचं त्या समाजाच्या चालीरीती, संभाषणचातुर्य या सर्वांना ती मुलगी पारखी आहे. त्यानं आपला प्रश्न कसा सोडवला, हे पाहायला थांबायची मुकुंदाची इच्छा नव्हती. मनोरमेच्या दिशेनं सरकत तो तिच्या कानापाशी तोंड नेत म्हणाला–

"आपण आता बाहेर जाऊ या का? मला तुझ्याशी काही बोलायचं आहे."

"आत्ता, या वेळेला?"

"हो आत्ताच."

त्याच्या स्वरांची तीव्रता तिच्या ध्यानी आली. ती काही बोलली नाही. त्याचा हात तिनं हातात घेतला आणि ती दोघंही प्रेक्षागारातून बाहेर आली. एकमेकांचे हात तसेच गुंफलेले राहिलेले आहेत, हे दोघांच्या एकदमच लक्षात आलं; आणि मग दोघंही हसले. त्या हसण्यामुळं, मुकुंदाच्या अनपेक्षित प्रश्नामुळं आलेला गंभीरपणा एकदम नाहीसा झाला. ती म्हणाली–

"चांगला चाललेला सिनेमा सोडून आत्ता बाहेर पडण्याची काही गरज होती का रे?"

तो थोडा गंभीर झाला आणि म्हणाला, "मनू! कितीतरी दिवस तुझ्याशी बोलायचं म्हणत होतो, पण धीरच होत नव्हता."

"नेमका आत्ता कसा झाला?"

"तसं काही नक्की सांगता येत नाही. पण सिनेमातल्या त्या नायकानं मनात आल्याबरोबर त्या स्त्रीचा दरवाजा ठोठावला आणि दरवाजा उघडल्याबरोबर तिला काही न विचारता-सवरता एकदम मिठीत घेऊन तिचं चुंबन घेतलं. अनुनयाची ही पद्धत मला फार आवडली. मला वाटलं, तसं काहीतरी मी करायला हवं होतं."

मनोरमा एकदम दोन-तीन पावलं दूर सरकली आणि तिनं घाबरल्याच्या अभिनय केला, तेव्हा हसून मुकुंद म्हणाला–

"घाबरू नकोस. तसं काही मी करत नाही. पण मनात येऊन मात्र गेलं. खरं सांगू, धंद्यानं जरी मी वकील असलो, तरी शब्दांची ही कसरत मला काही जमेलसं वाटत नाही. मला तू आवडतेस. मला तुझ्याशी लग्न करायची इच्छा आहे."

"किती अरसिक आहात हो तुम्ही! हे जर तुम्ही मला एखाद्या निवांत ठिकाणी नेऊन सांगितलं असतंत, तर मी चांगली चक्कपैकी लाजले असते. पायाच्या बोटानं माती उकरली असती. मघाच्या चित्रपटाच्या नायिकेप्रमाणे बावरले असते. पण तुमचं सारं चातुर्य त्या निर्जीव दगडी न्यायालयांत! खैर, हो गया तो गया."

"म्हणजे माझी मागणी तुला मान्य आहे?"

"असं कुठं म्हटलं मी? मी एवढंच म्हटलं, तुम्ही अधिक चांगल्या तऱ्हेनं मागणी करायला हवी होती."

"अजून कुठं वेळ गेलीय?"

"अहो, या गोष्टी एकदाच करायच्या असतात. उत्तम नट म्हणून तुमचा लौकिक आहे, उत्तम वकील म्हणून तुम्ही नावारूपाला येत आहात आणि माझ्यासारख्या सामान्य बुद्धीच्या मुलीला आपलीशी करायला एवढे बावरता तुम्ही?"

मुकुंद हसला. तो म्हणाला, "विनयालाही काही मर्यादा असतात. तुला सामान्य बुद्धीची किंवा सामान्य रूपाची म्हणणं यात तुझा अपमान नाही? असं म्हणणाऱ्या इसमाच्या बुद्धीची खरंतर कीव करायला हवी. खरं सांगू, आपण इतके दिवस एकमेकांबरोबर हिंडतो-फिरतो, त्यामुळे लोक काही गोष्ट गृहीत धरून चाललेच आहेत. माझे कितीतरी मित्र मनातनं हेवा करत असतील."

"तू म्हणालास त्याप्रमाणं विनयाला काहीतरी मर्यादा असायला पाहिजेच. तुझ्यासारखा पुरुष..." असं म्हणून ती त्याच्याजवळ सरकली. त्याच्याबद्दल तिला काय वाटतं हे तिला शब्दानं सांगता येईना, म्हणून ते तिनं त्याला स्पर्शानं सांगितलं. त्याच्याही ते लक्षात आलं. त्यानंही आपला उजवा हात तिच्या कमरेभोवती टाकला. अंगोपांग रोमांचित करणारा तो तारुण्याचा चंदनी स्पर्श त्यांनी पहिल्यांदाच अनुभवला होता. चालत-चालत काही न बोलता ते तसेच

दूरदूर आले होते. समुद्रावरच्या खाऱ्या वाऱ्याचा एक विलक्षण चैतन्यदायी सुगंध त्यांना जाणवत होता. अर्धनिद्रित झालेली ती विशाल नगरी काळोखात बुडू पाहत होती. दोन प्रेमिक प्रेमाच्या पायवाटेवरील पहिलीच पावले चालत होते. त्या पहिलेपणाच्या अद्भुत स्पर्शानं दोघेही भारावले होते. दोघांनाही पुष्कळसं काही बोलायचं होतं. परंतु त्यांची बोलण्याची इच्छा मात्र नव्हती. एकमेकांच्या साथीत, पावलांवर पाऊल टाकत अनंत असा हा रस्ता चालत राहावं, या एकाच जाणिवेनं ते झपाटले होते. चालता चालता एका वृक्षाखाली निवांत जागेत ते आले. मुकुंदानं चटकन तिला झाडामागे ओढली आणि तिच्या गालावर ओठ टेकले. तिला विरोध करायला त्यानं जागा दिली नाही. एक-दोन क्षण असेच भारावलेले गेल्यानंतर त्याच्या छातीवर मस्तक घुसळीत ती म्हणाली,

"मघाच्या चित्रपटाचा नायक अजून तुझ्या डोक्यातून गेलेला दिसत नाही."

मुकुंदा हसला. तिचं तोंड उचलून ओठाजवळ घेत तो म्हणाला, "त्याचा मी फार आभारी आहे."

*

सकाळ झाली. उन्हं अंगावर आली, तरी मनोरमा उठली नाही हे पाहून मनोरमेची रूममेट लैला चैनानी आश्चर्यचकित झाली. एरवी अतिशय काटेकोर आणि व्यवस्थित वागणाऱ्या मनोरमेचा हा आळस तिला समजण्याजोगा नव्हता. ती आजारी वगैरे आहे का, हे पाहण्यासाठी तिनं तिच्या कपाळावर हात ठेवला. तिच्या स्पर्शानं मनोरमा जागी झाली आणि तिच्याकडे आश्चर्याने पाहू लागली. "तब्येत बरी नाही काय ग?" अशा मायेनं विचारलेल्या तिच्या प्रश्नाला उत्तर देण्याऐवजी तिनं लैलाला पांघरुणात ओढून घेतलं आणि तिला काही बोलू न देता मिठीत सामावून घेतलं. लैला ही एक गोड मुलगी होती. कोणावर न रागावणारी, न चिडणारी, थोडी आळशी, परंतु सदा आनंदी. गेली दोन वर्षं ती मनोरमेची पार्टनर होती. तशा त्या फार जिवाभावाच्या मैत्रिणी होत्या, अशातला भाग नाही; पण एकमेकींचं मनोगत समजून एकमेकींना दोघी सांभाळून घेत होत्या. वास्तविक एकाकीपणाचा आणि उपेक्षेचा वारसा घेणाऱ्या मनोरमेला लैलासारख्या मुलीला आत्मसात करण्यात कठीण तर नव्हतंच. उलट आवश्यकच होतं; परंतु कोणाच्या आयुष्यात फार डोकावायचं नाही व आपल्याही आयुष्यात कोणाला डोकावू द्यायचं नाही, या तिच्या अलिप्त वागणुकीमुळं तिचा स्नेह मर्यादेपलीकडे कोणाशीच जमला नाही. मनोरमेचे गुण, तिची वागण्याची एक प्रौढ ढब आणि तिचं स्वावलंबी कष्टाळू जीवन यांमुळं लैलानं मात्र तिच्यावर थोरल्या बहिणीसारखं प्रेम केलं

होतं. ती आपल्या वेळात वेळ काढून मनोरमेची वेळ साधून तिची वाट पाही. पुष्कळदा ती जेवायलाही थांबे. मनोरमेच्या अलिप्तपणापुढं मात्र तिने हात टेकले होते.

आज अकस्मात मनोरमेनं आपल्याला कुशीत घ्यावं, याचं तिला आश्चर्य वाटलं. शारीरिक लगट तर मनोरमेला कधीच रुचत नसे. असं असताना या भल्या सकाळी आळसात लोळत राहून जागं होता क्षणी आपल्यावर तिनं मायेचा वर्षाव करावा, यावरून तिच्या आयुष्यात काल काहीतरी विशेष घडलंय, असा तिनं अंदाज बांधला.

कोणाच्याही डोळ्यांत भरावं असं रूप असणारी आपली मैत्रीण पुरुषापासून अशी दूरदूर का राहते, याबद्दल तिला प्रश्न पडे. हे वय असं आहे की यौवनाचा सुगंध उमजून भृंग हे गोळा व्हायचेच. तसे भृंग घिरट्या घालतात, यात बिचकण्यासारखं काहीच नाही. त्यांच्या हावऱ्या अस्तित्वात आयुष्याला एक निराळीच लज्जत येते. आपल्याभोवती घुटमळण्याइतकं त्यांना जवळ करावं, आणि आपल्या इच्छेविरुद्ध त्यांना आपला सुगंध लुटता येणार नाही इतक्या अंतरावर दूर ठेवावं, यातच तर स्त्रीची चतुराई. पुरुषाला भिऊन त्यापासून दूर जाण्यानं, पुरुषापासून संरक्षण होत नाही; उलट, स्त्रीची हत्यारं मात्र गंजून जातात. एवढ्याशा चिमुरड्या वयात लैलानं पुरुषांचा पुष्कळच अनुभव जमवला होता आणि तो तिच्या दृष्टीनं मुळीच उपेक्षणीय नव्हता. आपल्यापेक्षा कितीतरी पटीनं गुणवान असणाऱ्या आपल्या मैत्रिणीची पुरुषजातीविषयीची ही वृत्ती समजून घेण्याचा तिचा यत्न असफल झाला होता. परंतु गेले काही दिवस, रात्री तिला पोचवायला कोणीतरी एक उमदा पुरुष येतो, हे प्रथम ऐकून आणि नंतर पाहून, तिच्या ध्यानात आलं, तेव्हा तिला हायसं वाटलं. आपली मैत्रीण आता माणसांत आली हे पाहून झालेला हर्ष व्यक्त करण्याची तिला संधीच हवी होती, आणि आता मिठीत पडल्या पडल्या तर तिला सारं कळून येणार होतं.

"ए, रात्री पोचवायला येणारा कोण गं तुझा मित्र, काय त्याचं नाव?"

त्यावर काही उत्तर द्यायच्या ऐवजी मनोरमेनं तिला आणखीनच जवळ ओढली आणि तिच्या पुष्ट नितंबाला एक चांगला करकचून चिमटा काढला. त्यावर लैला किंचाळली नि तिच्यापासून दूर व्हायचा प्रयत्न करू लागली. पण बलिष्ठ अशा तिच्या मिठीतून त्या चिमुरडीची सुटका होणं शक्य नव्हतं. ती म्हणाली–

"का गं लैला, तुझे किती मित्र आहेत?"

"खूप आहेत की!"

"त्यांच्यापैकी एकाचं नाव तरी मी विचारलं का?"

"तू नाही विचारलंस, म्हणून मी नाही विचारावं असं थोडंच आहे? खरं सांगू, नाव सांगायला अभिमान वाटावा असा तर माझ्या मित्रांत कोणीच नाही. शिवाय तुझ्याहून मी धाकटी, तेव्हा तुझं आधी घडलेलं ठीक.''

"असंच काही नाही. केवळ मोठेपणावर काय आहे? माझ्यापेक्षा खरंतर मित्रांची तुलाच गरज जास्त. आमचं काय! लंगडं घोडं...''

"हे पाहा दीदी, अशी टंगळमंगळ करू नकोस. नि तुझं-माझंही करू नकोस. तू ज्याच्याबरोबर रात्री येतेस किनई, त्याला मी चारदोनदा पाहिलंय. आणि खरं सांगू, तुमची दोघांची जोडी इतकी चांगली दिसते, की जणू राधा- कृष्णाच! आता कृष्णाच्या वेळेला स्कूटर नव्हती. नाहीतर तोसुद्धा जमुनातीरावर प्रेमगोष्टी करून झाल्यानंतर राधेला स्कूटरवरूनच घरी सोडून आला असता. मला तर तुमची दृष्टच काढावीशी वाटते!''

"बरेच मराठी उपचार शिकलीस की गं!''

"बघ, आहे का कोणी मराठा मुलगा तुझ्या पाहण्यात. तुझाच एखादा दीर असला, तर फारच चांगलं. आपण जावा-जावा म्हणून राहू एका घरात.''

"तर तर! असल्या आळशी नि निरुद्योगी जावेला घरात घेऊन मी काय...''

"अगं, हो हो... आधी तुझं तर होऊ दे. बरं नाव सांगतेस ना?''

"अगं आमच्यांत नाव घेत नाहीत नवऱ्याचं.''

"नवरा झाल्यावर नं?''

"अगं झाल्यावर काय नि आधी काय? नाव घ्यायचं नसतं, ते त्या नावाच्या आदरामुळं, नि लाजेमुळं!''

"मग ठीक आहे, उखाण्यात सांग. सांग ना गं दीदी.''

मनोरमा हसली आणि म्हणाली, "कोणाला सांगणार नाही असं कबूल कर.''

"अगं मी कशाला सांगायला पाहिजे! रोज त्याच्याबरोबर साऱ्या गावभर फिरतेस, हे साऱ्या मुलींनी पाहिलंय.''

"ते असू दे गं. ते कळणं निराळं, आणि माझ्या तोंडून दुजोरा मिळणं निराळं. खरं म्हणजे त्याची ओळख होऊन तसे दोन-तीन महिनेसुद्धा झालेले नाहीत. पण का कोणास ठाऊक, कुठलीतरी खूप जुनी ओळख आहेसं वाटतं.''

"प्रेमात पडलेल्या प्रत्येकालाच तसं वाटतं.''

"असं म्हणू नकोस. प्रेमात, विशेषत: अशा प्रौढ वयात केलेल्या प्रेमात जो एक नाटकीपणा जाणवतो, तो मला कुठंही जाणवला नाही. एक जबाबदार, सुसंस्कृत माणसाचं प्रेम विश्वासावर आधारलेलं असतं आणि काळजीपूर्वक

आयुष्य जगणाऱ्या माझ्यासारख्या स्त्रीला उत्कटतेबरोबरच विश्वासाचीही अत्यंत आवश्यकता वाटते.''

''दीदी, प्रेम कितीही उच्च असलं, तरी ते शरीरसुखापासून मुक्त असतं का?''

''ते शरीरसुखापासून मुक्त असायलाही नको आणि शरीरसुखासाठी त्यानं हावरंही होता कामा नये. शरीराची ओढ कमी झाली, तर त्या प्रेमातली बेहोषी कमी होईल आणि शरीरसुखाचाच ते हव्यास धरू लागले, तर त्या प्रेमाची उत्कटता काय? मला प्रेम हवं ते एकांतिक नको.''

''त्यानं तुला मागणी घातली तरी कधी?''

''मागणी काय शब्दानंच करता येते? ती नजरेनं करता येते, स्पर्शानं-सुद्धा करता येते.''

''मग त्यानं काय स्पर्शानं मागणी घातली?''

''ए ऽ! तू चावटपणा करू नको हं.''

''यात मी चावटपणा तो काय केला?''

''ही अशी...'' असं म्हणत मनोरमेनं त्या सुकुमार मुलीला जवळ घेतलं आणि काल रात्रीच्या त्या अंधारातल्या प्रसंगाची पुनरावृत्ती करीत तिचं चुंबन घेतलं. तिच्या धसमुसळेपणामुळं आणि श्वास कोंडल्यामुळं कासावीस झालेली लैला अंथरुणावर उठून बसली आणि कृतक कोपानं म्हणाली, ''हैवान आहेस नुसती! त्या मुकुंदाची काही धडगत नाही.''

''त्याची नको तू काळजी करूस. पण काय गं, मी न सांगताच तुला कसं त्याचं नाव कळलं?''

''मांजर दूध चोरून पीत असलं, तरी पाहणाऱ्याचं लक्ष असतं म्हटलं.''

''अगं, पण चोरून दूध पितंय कोण इथं? आम्ही राजरोसपणे उघड भेटतो. मी त्याच्या घरी जाते, तो मला सोडायला इथं येतो, एका नाटकात आम्ही काम करतो...''

''मग असं म्हणा ना, आता फक्त अक्षता पडायच्या बाकी आहेत.''

''तसं सोपं नाही गं आमचं लग्न.''

''का गं?''

''त्याच्या घरच्या लोकांची संमती मिळायला हवी. माझं शिक्षण पुरं व्हायला हवं आणि त्यापेक्षा महत्त्वाची गोष्ट म्हणजे मुकुंदालाच काही निर्णय घ्यायला हवा.''

''कसला निर्णय?''

''सांगेन तुला केव्हातरी...''

आपली मैत्रीण एकदम गंभीर झाली आहे, हे लैलाच्या ध्यानात आलं. कधी नव्हे ती आपली मैत्रीण आपल्याशी इतकं जवळिकीनं बोलते आहे, तेव्हा तिचा गंभीरपणा आपण मोडलाच पाहिजे, म्हणून ती तिच्या पांघरुणात लाडिकपणानं पुन्हा शिरली आणि एक क्षणभरात त्या आपल्या आयुष्यातल्या सुखदुःखांबद्दल बोलू लागल्या. पुरुषाचा पहिला स्पर्श घेतलेल्या मनोरमेचा होष तिच्या शब्दांतून लैलाला केव्हाच उमगला होता.

*

प्रणयाची चाहूल लागल्यानंतर माणूस अंतर्बाह्य बदलतो हेच खरं. गेल्या दोन-तीन महिन्यांत मनोरमा खूप बदलली होती. विचाराला, वागण्याला एक प्रकारची पक्वता येऊन तिच्या संभाषणाला एक लाघवी सौंदर्य प्राप्त झालं होतं. एकाकी आयुष्यामुळं आणि अनाथपणाच्या जाणिवेमुळं उत्पन्न झालेलं काठिण्य आता हळूहळू लुप्त होऊ लागलं होतं. सदैव युद्धाच्या पवित्र्यात राहिल्यामुळं एक सावध वक्तशीरपणा तिच्या ठायी आला होता. त्यालाही थोडी खिंडारं पडू लागली. अधांतरी चालण्याची सवय असलेल्या मनोरमेला कुठंतरी जमिनीचा स्पर्श होतो आहे, असं पाहून हळूहळू परमेश्वरी अस्तित्वाची चाहूल पटली होती. आपल्या दुर्दैवाबद्दल तिचा मनात जो राग असे, त्यासाठी त्या परमेश्वरी योजनेवर ती तोंडसुख घेई; पण अलीकडे देवाची विचित्र दुनिया मानली तेवढी बेहिशेबी नाही, असं तिला वाटू लागलं.

त्यात तिच्या ओठांना एक अलौकिक स्पर्श भेटला आणि त्या स्पर्शानं तिचं जीवन उजळून निघालं. क्षणोक्षणी तिच्या मनात विचार येई, की हे सारं सत्य असेल, का हाही दैवाचा एक नवीन खेळच? आपल्या कोणत्या पुण्यसंचयामुळं आपल्या आयुष्यात आनंदानं प्रवेश केला? कानिटकर कुटुंब तिच्या लेखी एवढं उंच होतं, की केवळ तिच्या पायानं तिला तेथपावेतो पोचता आलं नसतं. प्रेमाच्या त्या अद्भुत क्षणी तिच्या विवेकानं क्षणभर बेहोषी पतकरली. आपण सहजसाध्य नाही, वाटेवरचं खेळणं नाही आणि प्रेमासारख्या किंवा अनुनयासारख्या अनमोल गोष्टीवाचून आपल्याला जिंकता येणं शक्य नाही, हे मुकुंदाच्या ध्यानी आणून दिलं पाहिजे, हे तिने पक्कं ठरवलं. दोघेही हरून दोघेही जिंकतात, असा हा मोठा विचित्र खेळ आहे प्रेमाचा. जाणूनबुजून गुलामगिरी पत्करावी आणि त्यातच सफलता मानावी, असा हा प्रेमाचा मामला आहे.

मनोरमेच्या सुदैवानं मुकुंदाचं वागणं तितकंच शहाणपणाचं होतं. जे आपल्याला हवं आहे ते मौल्यवान आहे आणि मौल्यवान आहे म्हणूनच आपल्याला

हवं आहे, ही जाणीव सतत मनात असल्यामुळं त्याच्या वागण्यात सुख ओरबाडून घेण्याची वृत्ती नव्हती. ही वस्तू आपली आहे या स्वामित्वाच्या जाणिवेदाखल तारुण्याच्या आवाहनानं त्यानं आपली प्रेममुद्रा तिच्या गालावर उमटवली. पण लगेच त्याच्यातला जबाबदार पुरुष जागा झाला. ती रागावली नाही हे माहीत असतानासुद्धा आपल्या उतावीळपणाबद्दल आणि आगाऊपणाबद्दल त्यानं हलकेच विचारलं,

"रागावलीस?" रागवण्यासारखं वास्तविक काही नव्हतं, आणि ती रागावलीही नव्हती. पण गोड खाऊन मिठी बसू नये यासाठी तिखट पदार्थाची योजना आपण करतो, त्याप्रमाणे प्रेमाची लज्जत वाढवण्यासाठी कृतक कोपाची योजना असते. संधी मिळो वा न मिळो, काहीतरी मामुली कारण काढून प्रणयिनीनं रागवावं आणि प्रियकरानं तिची खुशामत करून तो राग काढावा, हाही प्रीतीचा एक मनोरम असा खेळ आहे. हा खेळ कोणी कोणाला शिकवावा लागत नाही. मीलनातली मलिन झालेली सुखं नंतर अशा झालेल्या पुनर्मिलनात पुन्हा एकदा टवटवीत होतात व प्रेमाची दुनिया सदैव ताजी राखतात.

आपल्या प्रेमातल्या अनंत अडचणी मनोरमेला ज्ञात होत्या, आणि त्यांची आठवण ऐन रंगात आलेल्या संभाषणात झाली, की एकदम प्रेमाचा सारा पिसारा गळून जाई! काहीतरी चुकतंय याची जाणीव मुकुंदाला होई आणि तो तिला खोदूनखोदून विचारी. स्त्रीचं सर्व चातुर्य पणाला लावून मनोरमा त्याच्या मनातल्या सर्व शंका दूर करी. पण केव्हा ना केव्हा सत्याला सामोरं जायलाच हवं, हेही तिनं ओळखलं होतं. मुकुंदाच्या भलेपणाची, पुरुषीपणाची आणि स्वतंत्र विचारांची परीक्षा केव्हा ना केव्हा तरी घ्यावी लागणार, याविषयी तिला मुळीच शंका नव्हती.

ज्या संस्थेच्या नाटकात ती दोघं काम करीत होती, त्या संस्थेचा नाट्यप्रयोग यशस्वीपणे पार पडला. पण नाट्यसंस्था हौशी आणि नाटक नवनाट्य; तेव्हा या नाटकाचा पुन्हा प्रयोग होणं दुर्मीळच होतं. रोज नियमानं मिळणारा हा सहवास आता दुरावणार, अशी एक दुःखद जाणीव दोघांच्याही मनात होती. नाटक संपल्यानंतर मेकअप उतरवून आणि भात-पिठलं जेवून दोघंही जाण्यासाठी सिद्ध झाले; परंतु आज एकत्र जाणं शक्य नव्हतं. नाट्यसंस्थेच्या चालकांनी आणलेल्या टॅक्सीत बसण्यासाठी तिला चालक बोलावू लागले. मुकुंद आणि मनोरमा यांचा स्नेहबंध तसा अज्ञात कोणालाच नव्हता. सहजगत्या त्यालाही येता का, असं त्यांनी विचारलं, तेव्हा तो हसला आणि म्हणाला–

"मी येत नाहीच आणि बाईही येत नाहीत. आमचं दोघांचंही सामान माझ्या घरी पोचवा." त्याच्या या अनपेक्षित उत्तरामुळे काही बोलण्याच्या आतच

मनोरमेच्या जवळ मुकुंद गेला आणि हलकेच म्हणाला–

"तू नको जाऊ त्यांच्याबरोबर. मी स्कूटरवरनं सोडतो तुला. सामान तेवढं जाऊ दे..."

टॅक्सी बाकीच्या लोकांना घेऊन दिसेनाशी झाली. काही मंडळींची आवरा-आवर आत चालू होती. उगीचच मनानं अवघडलेल्या परिस्थितीत मनोरमा उभी होती. सर्वांसमक्ष इतक्या उघडपणे आपण मुकुंदासाठी थांबलो, त्यामुळे तिला अकारणच चोरट्यासारखं झालं होतं. नाट्यव्यवसायिकांत अशा तऱ्हेचे लागेबांधे एवढ्या प्रमाणात असतात, की असल्या प्रकारात वावगंही कोणाला वाटत नाही. त्यातून ही दोघेजण सर्वांच्या आदराचा विषय होती; पण वावगं हे दुसऱ्याच्या वाटण्यावर अवलंबून नसतं हेच खरं. तिचा आणि मुकुंदाचा जो दृढ स्नेहसंबंध उत्पन्न झाला होता, त्यामुळं ती त्याला फटकारूही शकली नाही; पण त्याच क्षणी तिला याचीही जाणीव झाली, की हे प्रसंग यापुढं वारंवार येणार आणि लोकांच्या मनात दाटणाऱ्या अनेक शंकाकुशंकांनी आपलं चारित्र्य मलिन होणार! आणि म्हणूनच आपल्याला मुकुंदाशी मनमोकळं बोलणं अत्यावश्यक आहे. तिला वाटलं, आजच्या सुंदर उत्तररात्री आपल्या आयुष्याची सुंदर फुलं पूर्णपणे उमलतील तरी किंवा चुरगळून जातील!

स्कूटर सुरू झाली. निर्मनुष्य रस्त्यावरून ती सुसाट धावू लागली. या एवढ्याशा यंत्रात भयभीत करणारा हा प्रचंड वेग येतो तरी कोठून, हा तिला प्रश्न पडला. ती दमली होती. त्या वेगाला ती भ्याली होती आणि म्हणून त्याला बिलगून त्याच्या स्कंधावर विसावून विचार करीत पडली होती. कितीतरी वेळ असा हा भरकटणारा प्रवास चालू होता. सागरी वारे अंगाला झोंबून जात होते. गावाबाहेरचं मोकळं वारं गात्रांना स्पर्श करू लागलं, तरीही तिनं डोळे उघडले नाहीत. मुकुंदाच्या मनात काय आहे, तो आपल्याला कुठं नेत आहे, या प्रश्नांनी ती अस्वस्थ झाली. वास्तविक मुकुंदावर तिचा विश्वास होता– तारुण्यावर नव्हता. भलत्याच पिसाट मोहानं चांगली माणसं हिंस्त्र होतात, असं तिनं पुष्कळ वेळा ऐकलं होतं. सोज्ज्वळपणाच्या बुरख्याखाली संभावितांतही राक्षस असू शकतात. हे तिनं अनुभवलं होतं. तरीपण मंत्रशक्तीनं भारून जावं, तशी ती मुकुंदाच्या स्पर्शानं भारून गेली होती. तिच्या अंत:करणात त्याच्याबद्दलचा गाढ विश्वास आणि एकंदरीत विपरीत अनुभवांचा दुर्दैवी इतिहास यांचा संघर्ष चालू होता.

एकदम काहीतरी नवीन स्फुरावं तसं तिला स्वच्छ दिसू लागलं. आपली आई संपूर्ण विश्वासानं अशीच एखाद्या पुरुषाच्या खांद्यावर मान विसावून फसली

तर नसेल? आईच्या आयुष्यातला एखादा अद्भुत शोध लागावा, असा तिला शोध लागला. तिनं एकदम मान ताठ केली, डोळे उघडून पाहिलं; तेव्हा काळ्याभोर जिभेचा तो वखवखलेला रस्ता दोन्ही बाजूंनी आपल्याला विळखे घालतो आहे, असं तिला वाटलं. एका बाजूचा डोंगर आणि एका बाजूचा समुद्र आपल्याला चिरडून टाकण्यासाठी आपल्या अंगावर येत आहेत, असं वाटून ती गांगरली. ह्या भयाण एकांतात स्कूटरचा तो भयभीत करणारा भयानक चीत्कार तेवढा तिला ऐकू येत होता. कसलीही अन्य हालचाल न करणारा, कसलीही ओळख पटू न देणारा तो पुरुषी शेजार तिला असह्य झाला आणि ती चीत्कारली, "थांब... थांब." तिच्या गारठलेल्या मुखातून ते शब्दच बाहेर पडले नाहीत. परंतु हाताची हालचाल जाणवल्यामुळे असेल, स्कूटरचा वेग कमी झाला आणि क्षणार्धात स्कूटर थांबली. भेदरलेल्या, अवघडलेल्या आणि गारठलेल्या गात्रांना काय करायचं ते न सुचल्यामुळं मनोरमेकडून काहीच हालचाल झाली नाही.

"काय झालं, मनू?" स्निग्ध आवाजात मुकुंदा म्हणाला. त्यानं हळूच मनोरमेला आपल्या पायावर उभी केली. तिच्या पाठीवरून हात फिरवला. अजूनही ती काही बोलत नाही, म्हणून तो थोडा भांबावला. मघाशी आलेल्या अनेक शंकांचं ओझं तिच्या मनातून हलेना. स्निग्ध शब्द आणि मृदू स्पर्श यांमुळं तिच्या चेतना हळूहळू जाग्या झाल्या. मनात आलेल्या त्या विपरीत शंकांचं भयानकपण तिच्या आता ध्यानात आलं. ती म्हणाली–

"मी फार घाबरले होते, मुकुंदा."

"घाबरलीस, ती का?"

"कुणास ठाऊक?"

"अगं, पण घाबरण्यासारखं आहेच काय याच्यात. तुझ्याबरोबर मी असताना या अंधाराची वा एकाकी रस्त्याची तुला भीती वाटायचं कारणच काय?"

"मुकुंदा, रागावणार नसलास तर सांगते."

"रागवायचं कशासाठी! राग एवढ्यासाठीच येईल फारतर, की माझ्या संगतीतसुद्धा तुझ्या भयाचं निवारण मी करू शकलो नाही."

"नाही मुकुंदा, मला भय तुझंच वाटलं."

"माझं? माझं भय, काय म्हणतेस मनोरमा?"

"होय तुझंच. माणसाचं मन एक कच्चं मडकं आहे. त्यात विश्वासानं अमृत साठवावं तर न कळता-सवरता अमृत गळून गेलेलं असतं; आणि तसं म्हणावं तर पाणी मात्र वर्षानुवर्षे टवटवीत राहतं."

“तुला काही वेड लागलं नाही ना मनू? इतक्या उत्तररात्री इतक्या दूर एकांतात असलं तत्त्वज्ञान सांगायला का आपण आलो? बरं, ते जाऊ दे. मला सांग, माझी भीती तुला का वाटली?”

“कसं तुला समजावून सांगू? तू रागावशील अशी मला भीती वाटते.”

“तुझ्यावर रागावणं कसं शक्य आहे?”

“नेहमी रागावतोस ते?”

“अगं, ते रागावणं नसतं. हवी तितकी तू भेटत नाहीस म्हणून रुसणं असतं. बरेच दिवस मी मनात ठरवलं होतं, की असं दुरून प्रेम करणं हे खरं नाही.”

“म्हणजेऽऽऽ याचीच मला भीती वाटत होती.”

“मी तुला फसवीन असं वाटलं? या एकांताचा माझ्याकडून गैरफायदा घेतला जाईल असं वाटलं?”

“तसं नव्हे रे!”

“मग कसं?” मुकुंदाच्या स्वरात एक धारदार संताप व्यक्त झाला. “तुला काय वाटलं, केवळ करमणूक म्हणून तुझ्याशी मी प्रेमाच्या गोष्टी केल्या? गेले कित्येक दिवस तू आणि मी भेटतो, बोलतो आणि माझी तू हीच पारख केलीस?”

“मुकुंदा, तुला सगळं समजावून सांगणं कठीण आहे. पण केव्हातरी मला ते तुला सांगितलंच पाहिजे. माझा तू तिरस्कार करशील, रागावशील. पण लक्षात ठेव, सत्याला सामोरे जाण्यावाचून गत्यंतर नाही.”

“कशाबद्दल म्हणतेस तू?”

“भित्रं मन पापशंकी असतं, आणि पोळलेल्या पायांना चांदण्याचीसुद्धा भीती वाटते.”

“असं उपमा-अलंकारांत बोलू नकोस! मी तुला केवढ्या अपेक्षेनं माझ्या आईकडं घेऊन चाललोय. तिला आश्चर्यचकित करण्याच्या नादात क्षणभर मला तुझा विसर पडला, पण माझ्या चारित्र्याबद्दल तू शंका घ्यावीस, असं मी केलं तरी काय?”

“मी कुठं म्हणते, तू काही केलंस म्हणून! पण मला भीती वाटली, ही गोष्ट काही खोटी नाही.”

“पण अशा तऱ्हेची शंका घेणं, माझ्यावर अविश्वास दाखवणं हे अपमानास्पद नाही का?”

“खरं सांगू, हा तुझा अपराध नाही, माझाच आहे. माझा इतिहास मला दुबळा बनवितोय.”

"मनू, तुला असा कमीपणा कशासाठी वाटतो? तू आता एकटी नाहीस. जे जे तुझं असेल त्या त्या सर्वांवर, मग ते पाप असो की पुण्य असो, माझाही अधिकार नाही का?"

मनूच्या डोळ्यांत एकदम पाणी तरारलं. अर्थात ते मुकुंदाला दिसलं नाही पण जाणवलं. त्यानं मनूला जवळ घेतलं. खऱ्याखुऱ्या अर्थानं कोणीतरी तिला आज मायेनं जवळ घेतलं होतं. तिला जाणवत होता तो स्पर्श पुरुषाचा नव्हता. ती ज्या मिठीत होती, त्या मिठीला दुरूनही वासनेनं स्पर्श केला नव्हता. इथं एक वत्सल माया मनूच्या शरीरावर बरसत होती. थोडा वेळा तिला तसंच रडू देऊन मुकुंदानं तिचं तोंड वर केलं, "आता सांग तुला काय सांगायचं ते."

"मी कोण? मी कोण हेच मला माहीत नाही, हेच तर सारं दुर्दैव आहे. अनाथाश्रमात वाढलेली मी एक मुलगी आहे. आई-बाप, कुलशील, नातीगोती यांतलं काहीसुद्धा माझ्याजवळ नाही."

त्या अंधारात आपल्या बोलण्याचा काही परिणाम होतोय किंवा काय, हे अजमावण्याचा तिनं यत्न केला. तो काहीच बोलेना तेव्हा ती म्हणाली, "तुला धक्का बसला असेल हे ऐकून?" तरीही मुकुंदा काही बोलेना, तेव्हा मात्र मनोरमा अस्वस्थ झाली. सुख ओठी येणार अशा भलत्याच अपेक्षेत असताना प्यालाच गळून पडण्याचं दुर्दैव नशिबी यावं, यामुळं ती काळवंडून गेली. तिनं मुकुंदाच्या हातून आपला हात सोडवून घ्यायचा प्रयत्न केला. मुकुंदानं तिला तो सोडवू दिला नाही. उलट, तो म्हणाला–

"वेडी आहेस तू. तुला वाटलं असेल, तू सांगते आहेस यामुळं मला धक्का बसेल. वेडे, मला याबद्दल शंका होतीच. तुझ्या तोंडून काहीही ऐकायची मी मनाची तयारी ठेवली होती. त्यामुळे माझ्या अपेक्षांचा भंग होण्याची मुळीच शक्यता नव्हती. सर्वसामान्यत: आपल्या पूर्वायुष्याबद्दल कितीतरी उल्लेख आपल्या बोलण्यात येतात. तुझ्या आणि माझ्या संभाषणांत असले उल्लेख तू कधी आणत नव्हतीस. आई-वडिलांबद्दल तर तू कधीच चकार शब्दही बोलली नाहीस. मला थोडीशी कुणकुण होतीच, म्हणून मीही तुला कधी छेडलं नाही. मी माझ्या मनाशी एकच ठरवलं, तू कुठूनही आली असलीस, तरी आता माझ्याकडं येणार, माझी होणार. दुबळ्या माणसांना इतिहास लागतो; कारण त्यांच्या स्वत:च्या पायांत ताकद नसते. पण मनू, तुझी गोष्ट निराळी आहे. तू एक जगावेगळी मुलगी आहेस. तुझं सौंदर्य आणि आरोग्य, ही कदाचित तुझ्या आईबापांची देणगी असेल; पण तुझं कर्तृत्व व तुझं स्वयंप्रकाशित जीवन यांवर तर कोणाची

सत्ता नाही ना? आणि मला तू आवडलीस ते तुझ्या चमकणाऱ्या चैतन्यावर. तुझा पूर्वेतिहासाची मला काही गरज नाही.''

''आज नाही, पण उद्या तुला त्याबद्दल पश्चात्ताप वाटेल.''

''मुळीच नाही. मी काही कच्च्या दिलाचा नाही. जो अपराध तुझा नाही, त्याबद्दल मी तुला स्वत: तर शिक्षा देणार नाहीच; पण दुसऱ्यालाही देऊ देणार नाही.''

''तुम्ही कदाचित उदार मनानं...''

''मुळीच नाही. औदार्य वगैरे सर्व झूट आहे. असलं किल्मिषसुद्धा तुझ्या डोक्यात ठेवू नकोस. तुला पत्करताना मी तुझ्यावर उपकार करतो आहे असं जर तुला वाटलं, तर सारा जन्म तू खालच्या मानेनं काढशील आणि मला तर माझी बायको ताठ मानेनं चालणारी, वेळप्रसंगी जग ठोकरणारी हवी आहे. मला तर वाटतं, मी तुझ्या प्रेमाला पात्र झालो, तुला मी जिंकली, यात माझा सन्मान आहे.''

''काहीतरी बोलू नकोस नि मला हरभऱ्याच्या झाडावर चढवू नकोस. तुझ्या विशाल आणि उदार बुद्धीवर माझा विश्वास होताच. तुझ्या डोळ्यांतून आणि स्पर्शातून मला एक उबदार ममता जाणवत होती, परंतु मनात मात्र शंका अनंत येत असत. वाटे, हा सुखाचा घास मला पचेल का? उपेक्षा, अवमान, आणि निराधारपणा यांव्यतिरिक्त जिला काहीच अनुभवायला मिळालं नाही, तिच्या आयुष्यात एकदम अचानक अनेकांनी हेवा करावा असं सुख प्रकट व्हावं यात केवळ परमेश्वरी चमत्काराशिवाय दुसरं काय असणार?''

क्षणाक्षणाला, कणाकणानं आपलं शरीर मुकुंदाकडं खेचलं जातंय, हे तिला जाणवत होतं. कोणत्या अदृश्य शक्तीनं हे घडतंय, हे तिला सांगता येत नव्हतं; परंतु एका नव्या जीवनाची पहाट उजाडली असून आपल्या जीवनाला आता अर्थ लाभणार, याविषयी तिला कसलीच शंका उरली नाही. मुकुंदाच्या बलिष्ठ मिठीत ती केव्हा विरघळून गेली, हे तिलाही कळलं नाही. सूर्यकिरणांच्या स्पर्शानं बघता बघता डोळ्यांसमोरील दवबिंदू नाहीसे व्हावेत तसं तिच्या जीवनावरचं मालिन्य अदृश्य झालं. तिनंही मुक्त मनानं नि हर्षातिरेकानं त्याला कडकडून मिठी मारली. मुकुंदाला त्या मिठीतला उन्माद जाणवला. आपल्यावर संपूर्ण अनुरक्त झालेली स्त्री आपल्या आता मिठीत आहे, हे सुचविणारे स्पर्श जागोजागी त्याला होत होते. सुखाच्या एवढ्या जागा शरीरात असतात, हेही तो प्रथमच अनुभवत होता. गारठलेला हात त्यानं जेव्हा उबेसाठी तिच्या वक्षावर घासला, तेव्हा ती चटकन त्याच्या मिठीतून दूर झाली आणि म्हणाली–

"थोड्यासाठी घाई करू नकोस."

"ए अगं वेडे, कढ आल्यावर दम निघत नाही म्हणतात, ते काय खोटं आहे काय?"

"हे पाहा, आता मी तुमची पत्नी आहे, केवळ प्रेयसी नाही. माझा सन्मान तुम्हांला राखायलाच पाहिजे. चला बघू आता! मला आता झोप यायला लागलीय. अजून किती लांब जायचं आहे कोणास ठाऊक?"

"कंटाळलीस माझ्याबरोबर प्रवास करायला?"

"ए, काहीतरी अर्थ काढू नकोस बाबा! काय रे, तुझे-माझे सगळे प्रेमप्रसंग पहाटे तीन-चारच्या पुढे घडणार असतील, तर आत्ताच आपला काडीमोड हं, मुकुंदा ऽऽऽ..."

"का गं, थांबलीसशी?"

"आपण आता तुमच्या आईकडं चाललोत ना?"

"हो, का?"

"या अशा अवतारात तुमच्याबरोबर इतक्या अवेळी एकटं जाणं बरं दिसेल का?"

मुकुंद क्षणभर अवाक झाला. तो म्हणाला, "तू म्हणतेस ते थोडं बरोबर आहे. पण आईला लवकरात लवकर भेटतो, असं मी सांगितलं आहे."

"माझ्याबद्दल काही बोललात?"

"खूप! म्हणून तर आईला तुला पाहायची उत्सुकता लागलीय. खरं सांगू मनू! माझ्या आईला तू खूप आवडशील. खरं म्हणजे मी नेलेली कोणतीही मुलगी तिला आवडली असती. आता तुझी गोष्ट अगदी निराळीच आहे."

"ती कशी?"

"तिला सुंदर सुंदर नातवंडांची फार हौस आहे. तिला सून हवी होती गोरी, सरळ नाकाची, उंच-निंच, आणि तू तर जणू काही आईच्या ऑर्डरप्रमाणे बनवलेली. सासूबाईंच्या नादात नवऱ्याला विसरू नका म्हणजे झालं."

"अहो, त्या इकडे खेडेगावात राहणार आणि तुम्ही तिकडं मुंबईत. तुम्ही सोडलंत तर दिवस-अर्धा दिवस माझी अन् आईची गाठभेट होणार."

"जशी काही मला सोडून दूर जायची तुला इच्छा उरेलच."

"ए, आता चल बाबा. लवकर कुठंतरी अंग टेकलं पाहिजे."

"हा काय इथं बिछाना घातला! पानं, फुलं पसरली आहेत. या वेली हलवून वारं घालताहेत, माझ्यासारखा विश्वासू दास सेवेसाठी सिद्ध आहे, वरती

या पारदर्शक अस्मानाची मच्छरदाणी आहे...''

मनोरमा पुढं झाली. तिनं मुकुंदाच्या गळ्यात हात घातला, त्याच्या गालावरनं गाल फिरवला आणि अखेरी ओठांवर ओठ टेकीत ती म्हणाली,

''आता तरी चलणार की नाही...''

स्कूटरनं गती घेतली– एका दीर्घ सुखी जीवनाच्या शोधासाठी.

∗

स्कूटर अशी पंधरावीस मिनिटं चालली असेल-नसेल तोच कुठल्यातरी गावातून आपण जात असल्याचा मनोरमेला भास झाला. डोळे किलकिले करून तिनं पाहिले तो तिच्या ध्यानात आलं, एका छोट्याशा खेडेगावातील खडबडीत रस्त्यावरून स्कूटर जात आहे. चांगली पहाट झाली असावी. कारण गाव जागं झालेलं होतं. तोडक्यामोडक्या हॉटेलातून चारदोन माणसं रेंगाळत चहा तयार व्हायची वाट पाहत बसलेली असावीत. गवळी दुधाचे हंडे तयार करून बाहेर नेण्याच्या तयारीत होते. एखादी बैलगाडी पहाटेचं भाडं लागल्यामुळं असेल किंवा अगदी लवकर माल पोचविण्याची आवश्यकता झाली असेल– खडबडत खडबडत मार्गक्रमण करीत होती. ताजेतवाने झालेले बैल पेंगुळलेल्या गाडीवानाला संभाळून नेत होते. गावातल्या कौलारू घरांतून धूर गिरक्या घेत वरवर चालला होता. चैतन्याची चाहूल येत होती, पण ते जाणवत नव्हतं; कारण त्याची महतीच कोणाला पटलेली नव्हती. अशाच अनेक अजगरी सुस्त जीवनात सारा समाज पडलेला असताना आपणच काही हालचाल करावी, असं इथल्या ग्रामस्थांना तरी का वाटावं? पण हे गाव नीट आखलेलं होतं. तशी घरांची गर्दी नव्हती किंवा दुर्गंधी वाहणारी गटारे नव्हती. ही सारी वस्ती थोडी आधुनिक असावी किंवा कोणी आधुनिक माणसानं तिच्यावर काही संस्कार केलेला असावा, हे मनोरमेला बघता बघता जाणवलं.

त्या वळणं-वळणं घेत जाणाऱ्या धूम्रवलयांनी तिचं बाळपण चाळवलं. केडगावच्या दादाजींच्या आश्रमात ती मनानं उड्डाण करून गेली. त्या आश्रमाला शिस्त होती पण रूक्षपणा नव्हता. अठरापगड जातींची ती अनाथ मुलं एकाच छत्राखाली तिथं नांदत होती, वाढत होती. पण बाजारीपणा मात्र औषधाला नव्हता. आश्रमाला एक घरंदाज स्वरूप होतं. जणूकाही ते एक हॉस्टेलच! ही मुलं अनाथ आहेत ही त्यांना जाणीव करून दिली जात नसे; अर्थात तरीही मुलांवर परिणाम होईच. आपल्याला आईबाप, बहीणभाऊ कोणी नाहीत, या भावनेनं एक प्रकारचा आश्रितपणा चेहऱ्यावर घेऊनच ती वागत असत. अशी

मुलं कुठंतरी कारकून, शिक्षक म्हणून नोकऱ्या करीत, आश्रमाला मदत करीत. पुढे तशाच एखाद्या जोडीदाराशी संसार करीत. केडगावच्या आसपासच्या कितीतरी गावांत आश्रमाचे विद्यार्थी गृहस्थ म्हणून नांदत होते. अर्थात त्यांच्या चेहऱ्यावरची आश्रिताची कळा कधीही लोपली नाही. पुढं आयुष्यात ते स्थिर झाले. परंतु आश्रमावरची व दादाजींवरची त्यांची श्रद्धा कायम होती. काही मुलं मात्र अशी निघत, की ज्यांच्या डोळ्यांत काही विलक्षण प्रतिभेचं पाणी दिसे. आश्रमाच्या आश्रयदात्यांपैकी कोणाच्या तरी वशिल्यानं कोणीतरी श्रीमंत धनिक तशा मुलांची मागणी करीत. दादाजी त्या कुटुंबाच्या ठेवणीत ते मूल नीट बसेल किंवा नाही याची खात्री करून घेऊन त्या मुलाच्या भाग्याचा रस्ता खुला करून देत; अर्थात ती मुलं जर वाढलेली असतील, तर मात्र ते पुष्कळदा खळखळ करीत. तरारून वाढलेली रोपं नव्या भूमीत चांगलीशी रुजत नाहीत, असा त्यांचा अनुभव होता; आणि म्हणूनच मनोरमेसारख्या चुणचुणीत आणि चमकदार मुलीला अनेक चांगल्या कुटुंबांत स्थिर करणं शक्य असून त्यांना ते करता आलं नाही.

अर्थात हे एवढंच कारण निश्चित नव्हतं. दादाजींच्या मूळच्याच करुण, उदार अशा पितृहृदयात तिनं कुठेतरी जखम निर्माण केली होती. सर्वसामान्य इतर अनाथ मुलींप्रमाणे तिला त्यांनी वागवलंही नव्हतं. आपल्या जन्माच्या इतिहासात काहीतरी अशी गोष्ट असली पाहिजे, की दादाजींनी आपल्यावर जास्त माया केली. कदाचित आपल्या आई-बापांपैकी कोणीतरी दादाजींच्या माहितीचं असलं पाहिजे. दादाजींच्या गाढ मायेची एकामागून एक अशी अनेक उदाहरणे तिला आठवू लागली. आश्रमातल्या सर्व नोकरांनाही तिच्याबद्दल काहीतरी ताकीद दिली असावी. कारण तेही तिला खास वागणूक देत.

आश्रमाच्या अनेक आठवणींत तिला दोन-तीन आठवणी चांगल्या आठवत होत्या. आश्रमाची रजिस्टर्स कडी-कुलपात नीट काळजीपूर्वक ठेवली जातात, हे तिला माहीत होतं. ती रजिस्टर्स अत्यंत मौल्यवान होती, कारण ज्या बालकांचा इतिहास आश्रमाला उपलब्ध होता, तो त्यांत काळजीपूर्वक नमूद करून ठेवलेला होता. कोणाच्या हाती त्यांतली गुप्त माहिती लागली, तर त्या माहितीच्या जोरावर त्याला पुष्कळांची आयुष्यं बरबाद करता येण्यासारखी होती, आणि म्हणून बंदोबस्तात ठेवलेल्या त्या कागदपत्रांना दादाजींशिवाय कोणी हात लावू शकत नसे.

एक दिवस दादाजी आजारी असताना आश्रमात काम करणाऱ्या 'मिराशी' नावाच्या कारकुनाने मोठ्या युक्तीनं रजिस्टर्सचे कपाट उघडून त्यातील कागदपत्रं चाळण्याचा उपद्व्याप केला होता. त्या कपाटाच्या किल्ल्या मिळवून देण्यासाठी

आश्रमातीलच एक मोलकरीण सगुणा, हिला त्याने वश करून घेतलं. वास्तविक हा बनाव त्यानं इतक्या काळजीपूर्वक केला होता, की तो उघडकीला यायचं कारण नव्हतं. परंतु त्याच वेळेला एका मुलाच्या संबंधात हायकोर्टाकडून काही माहिती देण्यासाठी अधिकारपत्र घेऊन एक-दोन वकील, आश्रमाचे प्रमुख आश्रयदाते ठाकरसीशेठबरोबर आश्रमात आले. रजिस्टर्सची केलेली हलवाहलव ध्यानी यायला वेळ लागला नाही. त्या मिराशी कारकुनाला व सगुणेला आश्रमातून ताबडतोब काढून टाकण्यात आलं, आणि तेव्हापासून उरलेली ती सर्व रजिस्टर्स मुंबईच्या लॉकर्समध्ये हलवण्यात आली.

दादाजींच्या मृत्यूच्या वेळेस तिनं चौकशी केली, तेव्हा ती सर्व रजिस्टर्स सर्वांसमक्ष नष्ट केली असल्याचं तिला समजलं. आपलं जन्मरहस्य दादाजींच्या बरोबर अज्ञानात विलीन झालं, हे तिच्या ध्यानात आलं. दादाजींच्या रूपानं भूतकाळाशी बांधला जाणारा आपला धागाच कापला गेला, याविषयी तिला अतिशय खेद झाला. परंतु दादाजींना ज्या अर्थी आपला पूर्वेतिहास सांगावासा वाटला नाही, त्या अर्थी तो सांगण्याजोगा नसेल; कदातिच दादाजींनाही तो माहीत नसेल. कारण सगळ्यांच अनाथ मुलांचे सारे तपशील आश्रमालाही कळू शकत नसत. आईबाप आपले पत्ते खोटे देत, नावं खोटी घेत आणि आपलं अंधारातलं पाप कायमचं अंधारात ठेवीत. परंतु आश्रमाच्या यंत्रणेत अशी योग्य ती खात्री करून न घेतलेली मुलं बसत नसल्यामुळं काही ना काहीतरी धागा ठेवला जात असे. मुलांचे संस्कार, त्यांची जात, त्यांचा धर्म, रिवाज यांचाही त्यामुळे थोडासा शोध घेता येई, आणि त्यामुळे त्या मुलांच्या पुनर्वसनाचा प्रश्न सोडवणं कधी कधी सोपं ठरे.

दादाजी हा विवेक जास्तीतजास्त पाळीत. सधन गुजराथी कुटुंबात अशा मुलांना त्या काळी मागणी होती. आश्रमाचे आश्रयदाते बहुतांशी गुजराथीच होते, त्यामुळे मुलांना ते लहानपणापासून गुजराथी समाजात सुखानं जगता यावं अशा तऱ्हेचं शिक्षण देत. अशा तऱ्हेनं वाढवल्या गेलेल्या एकदोन मुलांपैकी, आता मातब्बर असलेल्या एकदोन व्यापाऱ्यांनी हा आश्रम टिकवून धरला होता. परंतु अशा तऱ्हेच्या सार्वजनिक संस्थांचे नियमन करण्याच्या नवीन सरकारी संहितेप्रमाणे उदार आश्रयदाते व्यवस्थापनाच्या कार्यात काहीही करू शकत नव्हते. उलटपक्षी, सरकारी आग्रहास्तव रस्त्यावर पडणारी भिकाऱ्यांची मुलंही अशा आश्रमात सामील करून घेण्याबाबत सक्ती होऊ लागली; आणि म्हणूनच आश्रमाचं उद्दिष्ट नाहीसं होतंय हे पाहून आश्रम विसर्जित करण्यात आला. स्फोटक स्वरूपाची माहिती असणारी सर्व दप्तरंही अग्नीच्या स्वाधीन करण्यात आली.

कित्येकदा मनोरमेच्या मनात येई, सारी कामं बाजूला ठेवून आपण आपल्या आई-बापांचा शोध घेतला पाहिजे. जे रक्त अंगात वागवतो, त्या रक्ताचा शोध घेतला पाहिजे. ज्या चैतन्यानं आपलं सारं आयुष्य भरलेलं असतं, ज्या बुद्धीचा आपण दिमाख मिरवतो, आरशापुढं उभं राहून जे रूप आपण पुन:पुन्हा न्याहाळतो, आणि कोणत्याही संभाषणात मला असं वाटतं, मी असं म्हणतो, माझा अनुभव निराळा आहे, असा सारखा जो 'मी' डोकावतो तो 'मी' अखेरी आहे तरी कोण? अखेर माझं नातं परमात्म्याशीच आहे, पण ते नाव गुंफणारा धागा आहे तो कोणता? या परमेश्वरी दुनियेत तसा कोणीही कुणाचा नसतो. त्यानं अवकाशात भिरकावून दिलेल्या चैतन्यकणांतून सारं काही उदय पावलं, ही सृष्टी घडली, ही सारी चलनं-वलनं दिसू लागली; परंतु त्या दोन चैतन्यांचं एकमेकांशी काही नातं असेलच की नाही? कोट्यवधी मैल दूर असणाऱ्या चंद्र-सूर्याचा आणि ग्रहगोलांचा शेजारी शेजारी राहणाऱ्या माणसांवर वेगवेगळा परिणाम होतो असं म्हणतात; तर मग जवळजवळ असणाऱ्या या चैतन्यकणांचा आणि त्यांच्याच विघटनातून जन्म पावलेल्या अन्य चैतन्यकणांचा काहीच संबंध नसेल का? झाडांची फळं झाडांचे गुणदोष घेऊन उत्पन्न पावतात, एकच गोडी धारण करतात, एकच सुगंध मिरवतात, आणि हे असंच असतं. मी कोण हे मला केव्हातरी शोधलंच पाहिजे. फटही नसणाऱ्या या भूतकाळाच्या दगडी भिंतीवर रक्तबंबाळ होईतोपर्यंत मला डोकं आपटलंच पाहिजे. भूतकाळ कसाही असला, तरी तो माझा आहे.

*

"आई, आम्ही आलो." एका छोट्या बंगलीबाहेर स्कूटर पोचताच मोठ्यानं ओरडून मुकुंदा म्हणाला. बागेत पाठमोरी उभी असलेली एक वृद्ध स्त्री एकदम मागे फिरली आणि तिच्या वळलेल्या चेहऱ्याचं दर्शन मनोरमेला झालं. तिच्या चेहऱ्यावर आणि डोळ्यांत वयाला न शोभणारा खेळकरपणा आणि एक अगाध वात्सल्य असलेलं मनोरमेच्या लक्षात आलं. वृद्ध तरीही अल्लड अशी स्त्री मुळी तिनं कधी पाहिलेलीच नव्हती. क्षणभर तिला वाटलं, अशीच असेल का आपली आई? अशा आईच्या एका स्पर्शानं साऱ्या चिंता, असंतोष कुठल्या कुठं दूर पळतील. मुकुंदानं तिचा हात हातात घेतला, छोटं फाटक दूर सरकवलं आणि तो आईपुढं जाऊन उभा राहिला, "हे कोण आलंय पाहिलंस का?"

त्या स्त्रीनं त्या प्रश्नाचं उत्तर एका कौतुकमिश्रित हास्यानं दिलं आणि मनोरमेला आपादमस्तक पाहिलं. त्या पाहण्यात कितीतरी अर्थ होते. वत्सल असं मातृमन तर होतंच होतं, पण त्या वात्सल्यातही नकळत असं एक मूल्यमापन

होतं; आणि अखेरीअखेरी एक प्रकारची पसंती होती. मनोरमा वाकली, आणि तिनं चांगला घवघवीत नमस्कार केला; परंतु ती वाकून वर होण्यापूर्वीच थरथरत्या हातांनी आईनी तिला उचलून आपल्या छातीशी घेतलं. अशा स्पर्शासाठी आसुसलेल्या मनोरमेची आईला ओळख पटली आणि काही न बोलतासवरता दोघींची ओळख झाली.

पहाट झाली होती. आकाशाचा रंग बदललेला होता. प्रकाशाला रस्ता सापडला होता. क्षणभरात सारी दुनिया तेजानं लकलकणार होती. चैतन्याचे, कर्तृत्वाचे आणि ममतेचे चमकते कळस दृष्टीस पडणार होते. एका खानदानी, धनवान आणि सुजाण घरानं एका अनाथ, पोरक्या मुलीला आश्रय दिला होता.

घराशी येण्यापूर्वीच आईंनी तिच्यावरून भाकरी ओवाळून टाकली. एवढंच नव्हे, तर पहाट असूनसुद्धा तिची दृष्ट काढली. जणूकाही सारं ठरलंच होतं. मुकुंदानं प्रत्येक गोष्ट कशी आखून सांगितलेली होती. हे घर आपल्या फार जुन्या परिचयाचं आहे, ही माणसं आपलीच आहेत, असं तिच्या रंध्रारंध्राला वाटत होतं. मुकुंदाच्या आईनं गृहलक्ष्मी म्हणूनच तिचा स्वीकार केला होता.

"मुली, तू या घरात यायची आहेस! तू कशी असशील, असा मी मनाशी विचार करायची! आणि खरं सांगू, माझ्या कल्पनेत आणि प्रत्यक्षात काहीही फरक पडला नाही. तू कशी दिसतेस, कसे कपडे पेहरतेस, तुझे केस कसे आहेत... मुकुंदानं तुझं इतकं वर्णन माझ्यासमोर केलं होतं, की तुला फक्त पाहायचंच बाकी राहिलं होतं. मुकुंदाची निवड कधी चुकायची नाही, तसा तो फार चोखंदळ आहे."

"आई, सुनेला पहिल्याच दिवशी इतकं डोक्यावर बसवू नकोस! नाहीतर ती डोक्यावर बसेल."

"नाही रे बाबा, ती कशाला डोक्यावर बसेल तू असताना? आणि माझ्याजवळ ती थोडीच राहणार आहे? तुम्ही तिकडं मुंबईत राहणार आणि मी इकडे खेडेगावात असणार. महिना-पंधरा दिवसांनी तुम्ही उपऱ्यासारखे एक-दोन दिवस येणार. तेव्हा मला तुझीच काळजी वाटते. तुझ्याच डोक्यावर ती बसेल, आणि बरं का मुकुंदा, तशी ती तिथं वाईटही दिसणार नाही. नाहीतर तू असा वेंधळा, सूनबाई तुला चांगलं मुठीत ठेवील."

"अरे बापरे! आजपर्यंत तू मला मुठीत ठेवलंस, आता तू मला या आडदांड मुलीच्या स्वाधीन करतेस? म्हणजे न्याय वगैरे काही आहे का नाही? ते काही चालणार नाही. असलं काहीही ही करायला लागली, तर मी हिला

आपली तुझ्याकडं आणून सोडीन.''

''मी राहीन इथं.''

''बघितलंस?''

''बघितलं रे!''

''तर तर! तिचं काय जातंय इथं राहायला? अन् मी तिथं काय करू?''

आईचं लक्ष नाही असं पाहून मनोरमेनं मुकुंदाला वेडावून दाखविलं, तसा तो तिच्या अंगावर धावून गेला आणि त्यानं तिचा कान पिरगळला. ती आईच्या जवळ अधिक सरकली आणि मुकुंदापासून स्वतःला वाचवू लागली. आई दोघांच्यामध्ये आल्या आणि म्हणाल्या–

''अगं, माझीतरी थोडी मुरवत धरा बरं. तुमच्यासाठी काहीतरी चांगलं खायला करते, तोवर चालू देत तुमचे हे खेळ.''

''रागावलीस आई?''

''छे रे! रागावयाला काय झालं? तू माझा एकुलता एक मुलगा. इतकी वर्षं नाही म्हणता म्हणता, आता लग्नाला तयार झालेला. मनाजोगती अन् सुंदर सून घेऊन आलेला! माझ्या कित्ती दिवसांच्या इच्छा तू आज पुऱ्या केल्यास. आज ते असायला हवे होते. त्यांनीतर आपल्या सुनेचं स्वागत फटाके लावूनच केलं असतं...''

नवऱ्याच्या आठवणीनं त्या एकदम विद्ध झाल्या; पण त्यांनी क्षणार्धात स्वतःला सावरलं. ''काय वेडी आहे मी! भलत्याच वेळेला भलतंच बोलणं काढलं.''

क्षणभर सर्वजण अस्वस्थ झाले. मुकुंदालाही आपल्या वडिलांची आठवण झाली. तो म्हणाला–

''मनू, खरंच आज बाबा हवे होते. ते केवळ माझे वडील नव्हते! आज मी तुला घेऊन इथं आलो नं, तर त्यांनी मला बाजूला नेऊन प्रश्न केला असता, 'किती दिवस शिकार करीत होतास रे या फटाकडीची? चांगला 'चॉईस' आहे तुझा' आणि डोळ्यांत मिस्कीलपणा आणून ते हलकेच म्हणाले असते, 'लकी आहेस लेका! मुका वगैरे घेतलास की नाही? का गेलास आपल्या काकांच्या वळणावर?'' माझे बाबा मोठे रसीले आदमी होते. ते घरात असले, की घर नुसतं आनंदानं भरून जायचं. ते हसायचे, दुसऱ्यांना हसवायचे आणि त्यांना बोलकं करायचे. त्यांना तू फार आवडली असतीस. त्यांना दुबळी, पिचपिचीत माणसं आवडत नसत. खूप हसावं, खूप मौज करावी आणि इमानदारीनं काम

करावं, असं साधं तत्त्वज्ञान ते जपायचे. त्याच्या उलट आमचे काका... हल्ली त्यांच्याकडे राहतो ते काका! आयुष्यात मौज करायची म्हणजे त्यांच्या जिवावर येतं. कोटिबाजपणाचा तर त्यांना एकदम राग. नाटक, सिनेमा सगळं वर्ज्य. महिला मंडळाच्या नाट्यप्रयोगाला ते आले होते ना, ते मला वाटतं, त्यांच्या आयुष्यातलं दुसरं नाटक असेल. ते दोघे भाऊ इतके परस्परविरोधी वागायचे, की लोकांना आश्चर्य वाटे. एकाच आईबापाची मुलं इतकी परस्परविरोधी कशी? एऽऽ, आई कुठं गेली?'' इकडे तिकडे पाहत मुकुंदानं विचारलं आणि स्वयंपाकघराच्या दिशेला तो जाऊ लागला आणि मनोरमाही त्याच्या मागोमाग गेली.

या घरात गृहस्वामिनी म्हणून राहायचं तेव्हा जबाबदारीचाही बोजा उचलला पाहिजे, या भूमिकेवरून आईचा विरोध असतानाही कमरेला पदर बांधून ती कामाला लागली. त्यांतली कितीतरी काम आयुष्यात कधीही करण्याचा तिला प्रसंग आलेला नव्हता; परंतु कुठल्यातरी अंत:प्रेरणेने आणि शहाणपणानं तिनं आईच्या मनाला उतरतील इतक्या सफाईनं सारी कामं उरकली. तिच्याशी बोलण्यासाठी आणि सहवासासाठी आतुर असलेल्या मुकुंदाला जाता-येताना ती खिजवत होती. मुकुंदा आतबाहेर सारख्या फेऱ्या करत होता. जागरणानं आणि प्रवासानं तो चांगलाच शिणला होता; परंतु तसा शीण मनोरमेच्या चेहऱ्यावर का दिसत नाही, हे मात्र त्याला कळू शकलं नाही. तिचं ताजं टवटवीत हास्य पाहून त्याला एवढंच वाटलं, कोठेतरी जखमी झालेलं हे पाखरू या घरट्यात निवाऱ्याला आलंय; आणि इथला उबदार निवारा पाहून ते निश्चिंत झालंय. या चैतन्याचं कारण आठवताना, रात्री स्कूटर थांबवून भीतिग्रस्त झालेला मनोरमेचा चेहरा आणि तिच्या मनात आलेल्या शंकाकुशंका त्याला आठवल्या. राग, लोभ सारं काही विसरून तो हलकेच तिच्याजवळ गेला. आई कुठल्यातरी कारणानं बाहेर गेलेली पाहून अवचितपणे त्यानं तिला स्पर्श केला आणि तिच्या कानात तो पुटपुटला, ''सुखी आहेस ना मनू? घर आवडलं ना तुला माझं?'' तिला शब्दांत काही उत्तर देता आलं नाही. तिनं त्याचा हात हातात घेतला आणि स्पर्शातूनच आपला आनंद आणि कृतज्ञता व्यक्त केली.

*

सारं काही मनाजोगतं घडलं असतं, तर मनोरमेचं आणि मुकुंदाचं लग्न मोठ्या थाटामाटानं झालं असतं. एकतर कानिटकर कुटुंब हे मुंबईतलं फार जुनं आणि खानदानी कुटुंब होतं. शिवाय, जुन्या इभ्रतीच्या आणि संपत्तीच्या नादात आळशी न राहता कालमान पाहून या कुटुंबानं विद्येची उपासना केली आणि

विद्येनं आणि मग लक्ष्मीनं अनंतहस्ते या कुटुंबावर मेहेरबानी केली. थोरले दादासाहेब म्हणजे मुकुंदाचे वडील हायकोर्ट जज्ज होते आणि त्यांचं आकस्मित देहावसान झालं नसतं, तर ते कदाचित भारताचे सरन्यायाधीशही झाले असते. आपल्या मुलानं ही न्यायदानाची परंपरा चालू ठेवली तर बरं होईल, अशी बापाची इच्छा जाणून वक्तृत्व, व्यक्तिमत्त्व आणि वाचन यांची दक्षतेनं जोपासना करून मुकुंदाही वकिली व्यवसायात येऊन पोचला होता. मात्र आपल्या मुलाचं कर्तृत्व पाहायला ते जगलेच नाहीत. धंद्यात मुकुंदाचा जम आता बसू लागला होता आणि वडिलांचं नाव राखता येईल, अशी त्यालाही खात्री वाटू लागली होती. वकिली करतानाही कामाचा व्याप वाढवण्यापेक्षा बुद्धिमत्तेची चमक दिसेल आणि आपलं कौतुक होईल, अशी मोजकी कामं घेण्याकडं त्याचा कल असे, त्यामुळं वर्तमानपत्रांत त्याचं नाव अनेकदा येई.

जस्टिस कानिटकरांचे धाकटे बंधू बाबासाहेब हे एकमार्गी होते. त्यांनी अर्थशास्त्र विषयातील रूक्ष अशा स्टॅटिस्टिक्स या त्या काळी नवीन असणाऱ्या विषयाचा खास अभ्यास केला. त्या वेळेस बँकिंगविषयक झालेल्या एका निबंधस्पर्धेत तज्ज्ञांची वाहवा होईल, असा निबंध त्यांनी वाचला. त्या निबंधाचं खूप कौतुक झालं आणि त्यातल्या एकदोन सूचनांची रिझर्व बँकेच्या फेर-आखणीच्या वेळी चर्चाही झाली. स्वातंत्र्यानंतर भारतीय तरुणांच्या गुणावगुणांना आपोआपच संधी मिळत जाऊन सामान्य अधिकारी म्हणून स्वीकारलेल्या नोकरीत बाबासाहेबांच्यावर नवनव्या जबाबदाऱ्या येऊन पडल्या. वास्तविक बाबासाहेबांच्या सरळ स्वभावाला हांजीखोरपणा रुचण्यासारखा नव्हता. त्यामुळे योग्यता असूनही प्रथम त्यांची थोडीशी उपेक्षा झाली. नंतर एका अमेरिकन कर्जाच्या वाटाघाटीसाठी अर्थमंत्री अमेरिकेला गेले असताना सल्लागार मंडळात कानिटकरांची वर्णी लागली. त्या चर्चेच्या वेळी इंग्रजीवरचं प्रभुत्व, मोजकं, मुद्देसूद आणि आग्रही असं प्रतिपादन, विषयाचं सखोल ज्ञान अर्थमंत्र्यांच्या ध्यानी आलं. पुढे जेव्हा जेव्हा अशा कर्जविषयक करारांचे प्रसंग उत्पन्न होत गेले, तेव्हा तेव्हा बाबासाहेब तेथे पाठविले जाऊ लागले. पन्नाशीही न उलटलेल्या बाबासाहेबांना रिझर्व बँकेचं डेप्युटी गव्हर्नरपद लाभल्यामुळं पुष्कळांना त्यांची असूया वाटे.

बाबासाहेबांच्या पत्नी वासंतीबाई या त्यांच्या स्वभावाच्या अगदी उलट होत्या. त्यांना माणसं आवडत, सभासम्मेलनं, नाटक-उत्सव या साऱ्यांचं त्यांना फार कौतुक होतं. स्वत:ला मूलबाळ काही नसल्यामुळं मुकुंदावर त्यांचा फार फार जीव होता. पतिनिधनानंतर जेव्हा मुकुंदाच्या आईनं वत्सलाबाईंनी पुलगाव

या त्यांच्या खेडेगावी जाण्याचा निश्चय केला, तेव्हा तो वासंतीबाईंच्या मुकुंदावरील प्रेमाकडं पाहूनच आणि वासंतीबाईंनीही मुकुंदाला आईचीच माया दिली. आपली आई एकटी राहते, कुग्रामात राहते, याविषयी मुकुंदाला नेहमीच खंत वाटे. परंतु तिच्या त्या एकट्या राहण्यातही विरक्ती नव्हती, तर शांत जीवनाविषयी ओढ होती. आयष्युभर धकाधकीच्या आणि धावपळीच्या दिनक्रमाचा अवलंब केल्यामुळे तिला मुंबईचा तिटकारा आला होता. शिवाय, तिला मुंबईची हवाही मानवत नव्हती. मनात येईल तेव्हा जाता येईल एवढ्या अंतरावर त्यांचं शेतीवाडीचं हे पुलगाव असल्यामुळं तशी ती दूर राहते, असं कोणाला वाटत नसे.

वासंतीबाईंनी मनोरमेला प्रथम पाहिलं, तेव्हाच ती त्यांना आवडली होती. आपल्या पुत्रवत असलेल्या या पुतण्याचं लग्न हा त्यांच्या लेखी फार महत्त्वाचा सोहळा होता, आणि म्हणून कोठे एखादी चांगली मुलगी दिसली, की त्यांचं लक्ष तिच्याकडं ताबडतोब वेधलं जाई. नाट्यवर्तुळात मनोरमेचं नाव माहीत होऊ लागलं होतं. महिला मंडळाच्या एकदोन पदाधिकाऱ्यांच्या बरोबर, मनोरमेनं एकदोनदा कामेही केली होती. मनोरमा नाटकांत केवळ काम करत नव्हती, तर नाट्यविषयक साऱ्याच गोष्टी तिला माहीत असल्यामुळं नाटक निवडण्यापासून त्याच्या तालमीची व्यवस्था, नेपथ्य, संगीत, जाहिरात वगैरे सर्वच गोष्टींत तिचा उपयोग होण्यासारखा आहे, हे वासंतीबाईंच्या लक्षात आलं. शिवाय, अशी काही कामंधामं करून स्वावलंबनानं ती आपलं शिक्षण पुरं करत आहे हे जेव्हा त्यांना कळलं, तेव्हा तर मनोरमेवाचून त्यांच्या नाटकाचं पान हलेनासं झालं. मनोरमेनंही सारी कामं त्यांचं समाधान होईल इतक्या उत्तम तऱ्हेनं केली. मुलगी गरीब असली तरी स्वाभिमानी आहे, सुंदर असली तरी नखरेल नाही आणि स्वावलंबी असली तरी अहंकारी नाही हे ध्यानात येताच, का कोणास ठाऊक, आपल्या नाटकी पुतण्याला ही मुलगी कशी दिसेल, हा विषय त्यांच्या मनात येऊ लागला. जेवताना केव्हातरी एकदा विषय निघाला, तेव्हा त्या मनोरमेच्या कामाचं कौतुक करू लागल्या; तेव्हा चेष्टेनं मुकुंदा म्हणाला, "काकू, तू एकदा स्तुती करायला लागलीस, की अगदी बेहिशेबी स्तुती करतेस."

"ते कसं काय रे बाबा?"

"आधी महिला मंडळाचं नाटक ते काय, त्यात एवढंसं काम ते काय आणि त्यातून त्या उडत्या चालीची ती भावगीतं काय! बायकांनी बायकांची कामं करायची, यात काय कौतुक आहे? बालगंधर्व काय, मास्टर नरेश काय, पुरुषासारखे पुरुष असूनसुद्धा बायकांची नक्कल काय सुंदर करायचे! काकू, मी

तर ऐकलं होतं की नारायणराव एकदा स्त्रीवेषात जाऊन कोणाच्या तरी घरी हळदीकुंकू घेऊन आले होते.''

''अरे! त्या भाकडकथा.''

''भाकडकथा? त्यात तुला एवढं कठीण काय वाटतंय?''

''कठीण? अशक्य वाटतंय मला. पुरुषांनी बाईचा वेष घ्यायचा, आणि बायकांच्या समाजात जाऊन बायकांच्या ही गोष्ट लक्षात येत नाही, इतक्या का आम्ही बायका मूर्ख असतो!''

''बायकांना मूर्खबिर्ख मी काही म्हणणार नाही. पण बायका त्या बायकाच. अगं, नारायणरावांचं जाऊ दे, माझ्यासारखा सामान्य नटसुद्धा तुमच्या त्या साळकाया-माळकायांना बनवून टाकील.''

''काहीतरी बोलू नकोस.''

''काहीतरी नाही. मी तर पैज मारायला तयार आहे.''

''काय, स्त्रीवेषात मंडळात यायची?''

''मंडळात राहू दे; तुझ्या नाटकालाच येतो.''

''पाहा बरं!''

''हो, घेतली बेट. अटी दोन. तू माझ्याबरोबर सारखं राहिलं पाहिजेस, आणि नाटक सुरू झाल्यानंतर आपण जायचं आणि संपण्यापूर्वी परतायचं. कबूल?''

''कबूल.''

''पैज केवढ्याची?''

''तू म्हणशील तेवढ्याची.''

''ठरलं?''

''ठरलं.''

मुकुंदानं स्त्रीवेषात नाटकाला जाण्याची केलेली सिद्धता पाहताच कधी न हसणाऱ्या बाबासाहेबांचीसुद्धा हसून पुरेवाट झाली. ते म्हणाले, ''बँकेच्या लेजरमध्ये उगाच आजवर डोके खुपसून बसलो; त्यापेक्षा ही नाटकं-बिटकं पाहिली असती, तर तुझ्याबरोबर तुझी मावशी किंवा आत्या म्हणून नसतो आलो?''

प्रत्यक्ष नाटकाला जातेवेळी स्त्रीवेषातल्या त्या नाजूक युवतीकडं पुष्कळ पुरुषांच्या नजरा वळत होत्या. अत्यंत सावधपणे वागूनसुद्धा आपल्या हातून नकळत काहीतरी चूक घडेल एवढ्यासाठी मुकुंदाही मनातून घाबरला होता. परंतु आयुष्यात निरनिराळी सोंगे करावी लागतात, मनातल्या भावना मनात लपवून क्षणभर खोटे मुखवटे धारण करावे लागतात, हे काय त्याला माहीत नव्हतं? या

विशाल रंगभूमीवर पदोपदी कराव्या लागणाऱ्या नाटकाच्या पुढं आता घडणारं नाटक हे इतकं क्षुद्र आहे, की ते जर आपल्याला करता आलं नाही तर नट म्हणून गौरवून घेण्याचा आपल्याला काही अधिकार नाही, असा एक आव्हानात्मक प्रश्न त्याच्यापुढं उभा होता. आजपावेतो तीव्रतर कटाक्षाने घायाळ होण्यासाठी त्यानं हृदय पुढं केलेलं होतं. परंतु आता आपल्या कटाक्षाने दुसऱ्याचे हृदय विद्ध करण्याची कामगिरी त्याला पार पाडायची होती.

नाट्यगृहात गेल्यापासून मुकुंदाचं लक्ष खिळवून घेतलं ते एका मनोरमेनं. मनोरमेचं लोभस रूप आणि ऐटबाज चाल पाहून तो अगदी खुळा होऊन गेला. ''फारसं बोलायचं नाही, कारण बायकी आवाज फार वेळ काढणं सहजगत्या जमण्यासारखं नाही.'' असं त्यानं ठरवलं होतं. परंतु मनोरमेला भेटण्यासाठी आत जाण्याची त्याची इच्छा त्याला दाबून धरता येईना. वासंतीबाई मात्र त्याच्या या सूचनेनं घाबरल्या; कारण मुकुंदाचा स्त्रीवेष प्रेक्षागारातल्या वातावरणात सहज खपून गेला, तरी चोखंदळ नजरेच्या नटवर्गात, विशेषत: चतुर मनोरमेच्या लक्षात आल्यावाचून राहणार नाही, असा त्यांचा अंदाज होता. कदाचित या भेटीतून त्यांच्या मनात तरळत असलेल्या कल्पना सत्यसृष्टीत येण्याची शक्यता असल्यामुळं त्यांनी आढेवेढे न घेता मुकुंदाला ग्रीनरूममध्ये नेलं. काहीही न चाचरता मुकुंदाचं तिथलं वागणं आणि मनोरमेच्या अंगचटीला जाणं हे पाहून त्या चकितच झाल्या. आपल्या स्त्रीवेषाची योग्य ती पावती मिळवण्याचाही तो एक मार्ग असेल, असं जरी त्या मनाशी समजल्या आणि त्या सुधारलेल्या समाजात वावरत असल्या, तरी एका अनोळखी कुलशीलवान मुलीचा गालगुच्चा घेण्याची कल्पना मात्र त्यांना आवडली नाही. नाटकगृहाच्या बाहेर पडल्यानंतर त्यांनी आपला निषेध त्याच्यापाशी व्यक्त केला, तेव्हा तो म्हणाला—

''अगं, स्पर्श केला तो तिचं माझ्याकडं लक्ष वेधावं म्हणून; आणि तिच्या लेखी तोही एका स्त्रीनंच आणि माझ्यापुरतं म्हणशील तर मलाही वस्तू नीट पारखून घ्यायची होती. हो, एखाद् दिवशी मला न सांगता सवरता तू तिला सून म्हणून घरी आणायचीस. तेव्हा म्हटलं, काकू खूश असलेला नग आपण आपला पारखून पाहावा!''

''मग पसंत आहे का तुला?''

''माणसाची पसंती अशी क्षणा-दोन क्षणांत थोडीच करता येईल काकू? पण वस्तू चांगली आहे. बघू या, कसं काय जमतं ते.''

दुसऱ्या दिवशी आपल्या घरी येणारी मनोरमा का आली नाही. याविषयी

वासंतीबाईंच्या मनात शंका-कुशंका उत्पन्न झाल्या. पुढे त्या मनोरमेला विसरूनही गेल्या. परंतु मुकुंदाच्या नाटकाच्या तालमी चालू असताना काही कामानिमित्त वासंतीबाई तालीम हॉलमध्ये गेल्या असताना मनोरमा त्यांच्या दृष्टीस पडली. इकडे कुठे, असा त्यांनी प्रश्न विचारताच, या नाटकात मी रोल करते आहे, असं ती म्हणाली आणि त्यांच्या तोंडून नकळत 'तरीच!' असा उद्‌गार निघाला. त्याचा अर्थ मात्र मनोरमेला समजला नाही. मनोरमेनं मुकंदाकडून त्या आश्चर्याचा अर्थ समजून घेण्याची कोशीस केली तेव्हा "सांगीन केव्हा तरी", असं म्हणून मुकुंदानं वेळ मारून नेली.

वासंतीबाईंना आपले गुपित कळले आहे, हे मुकुंदाला कळल्यावर एक दिवस वासंतीबाईंना त्याने जे घडले ते सर्व सांगितले; मात्र अद्यापि तसं काहीही बोलणं झालेलं नाही असं जेव्हा तो म्हणाला, तेव्हा त्या दिलखुलास हसल्या. त्या हसण्यात पुष्कळच अर्थ दडलेला होता. बरेच पावसाळे पाहिलेल्या वासंतीबाईंना हे माहीत झालं होतं, की काही भावना शब्दांनी व्यक्त करता येत नाहीत आणि कित्येक प्रश्नांची उत्तरं प्रश्न विचारण्यापूर्वीच मिळालेली असतात.

*

मुकुंदा आणि मनोरमा यांच्या नाटकाला वासंतीबाई हजर होत्या; पण बाबासाहेब मात्र आग्रह करूनही हजर राहू शकले नाहीत. त्यामुळं सुनेची ओळख करून घेण्याची संधी त्यांना मिळाली नाही. नाटकाच्या वेळेस दोघांना एकत्र पाहताना वासंतीबाईंचा ऊर मायेनं भरून आला. परंतु नाटकात ती दोघं पतिपत्नी नव्हती. नाटक संपल्याबरोबर त्यांना घेऊन घरी जावं आणि त्यांची दृष्ट काढावी; असं त्यांच्या मनात आलं. परंतु नाटक संपल्याबरोबर आपण मनोरमेला, आईला दाखवायला नेणार असं मुकुंदा म्हणाल्यामुळं त्या थोड्या हिरमुसल्या झाल्या. "इतक्या रात्री जाण्यापेक्षा सकाळीच उठून का जात नाहीस", असंही त्या म्हणाल्या. त्यावर मुकुंदानं जो चेहरा केला, त्यावरून तरुण माणसांच्या खुळापुढं हात टेकण्यावाचून वडीलधाऱ्या माणसांना गत्यंतर नाही, हे त्यांनी मनाशी ठरवलं. निदान थंडीवाऱ्याचं स्कूटरवरून न नेता घरची गाडीतरी त्यानं न्यावी, असा त्यांनी हट्ट धरला.

"काकू, आता तू म्हातारी झालीस."

"ती कशी रे?"

"या वेळी घोड्यावरून दौडत जाणं हे काही आता शक्य नाही. नाहीतर तेही केलं असतं. त्याचप्रमाणं जिंकलेल्या स्त्रीला घोड्यापेक्षा जास्त वेगानं पाठीशी

घेऊन स्कूटरवरून पळवून नेण्यात काय मौज असते म्हणून सांगू! पण तुला म्हातारीला काय कळणार म्हणा यातली गंमत! सुभद्राचं हरण अर्जुनानं केलं याचीच मिटक्या मारीत वर्णनं वाचता तुम्ही. आमच्याकडे तुमचं लक्ष कसं जाणार?''

एन्ट्रीची वेळ झाल्यामुळं मुकुंदा उभा राहिला. तेवढ्यात वासंतीबाई म्हणाल्या,

"अरे, माझी शाल तरी घेऊन जा निदान. आता ही गोष्ट खरी, की तू जवळ असताना शालीची तशी काही गरज नाही म्हणा!''

"म्हणजे तितकी तू काही म्हातारी झाली नाहीस हं, काकू!''

काकूनं दिलेल्या त्या शालीत एक अगाढ माया आणि वात्सल्य मुकुंदाला जाणवत होतं. मनोरमेला अवघड वाटू नये एवढ्यासाठी नाटक संपल्यावर न भेटण्याची चतुराई काकूंनी दाखविली, याबद्दल त्यांचं मुकुंदाला कौतुक वाटलं. प्रेमाच्या कानगोष्टी झाल्या असल्या तरी अजून मनोरमेवर आपला हक्क किती आहे, आपल्या शब्दाला ती किती मानते, याचा त्याला अनुभव घ्यायचा होता. आयुष्य किती सुंदर, किती सुरेल आणि किती लयदार आहे, याचा तो अनुभव घेत होता, आणि याच अनुभवात आजची रात्र आणखी भर घालणार होती

*

विघ्नाशिवाय लग्नात काही मौज नाही. स्त्री-पुरुष भेटले, थोडा विरोध झाला, तो विरोध मोडून काढून लग्नाच्या आणाशपथा घेऊन थोडा विरह, थोडी उत्कंठा आणि मग वडीलधाऱ्यांच्या हृदयपरिवर्तनानंतर लग्नाची फलश्रुती, हा मामला कितीतरी मचूळ वाटणारा! परंतु साऱ्या अनुकूलता असणाऱ्या मुकुंद आणि मनोरमेच्या प्रेमात खोटा नकली विरोध तरी कशासाठी व्हायचा? आणि तो विरोध अजिबात न झाल्यामुळं या प्रेमाची लज्जत तशी वाढली नाही. आईनं, काकूनं आणि काकांनी या लग्नाला विनातक्रार मान्यता दिली; परंतु या लग्नाची पुढे बोलणी करण्यासाठी किंवा तपशील ठरवण्यासाठी कोणी वडीलधारं माणूस पुढं येत नाही, असं पाहताच बाबासाहेबांचा आणि वासंतीबाईंचा विरोध सुरू झाला. जसजसा मनोरमेचा पूर्वेतिहास हस्तेपरहस्ते त्यांच्या कानांवर जाऊ लागला, तसतशी त्यांच्या विरोधाला धार येऊ लागली. प्रत्यक्ष आपल्या पुतण्यालाच जेव्हा मनोरमेच्या कुलशीलाबद्दल बाबासाहेबांनी हडसून-खडसून विचारलं, तेव्हा नाइलाजानं त्याला सर्व हकीकत सांगावी लागली. बाबासाहेब सहसा कोणाच्या अध्यातमध्यात जाणारे गृहस्थ नव्हते. त्यामुळे हे लग्न होऊ नये एवढेच सांगून त्यांनी आपला विरोध आटोपता घेतला. ते आपल्या कारणांची मीमांसा करण्याच्या भानगडीत पडलेच नाहीत. परंतु वासंतीबाई गप्प कशा बसणार? अनाथालयात

वाढलेल्या, आईबापांचा पत्ता नसलेल्या एका रस्त्यावरच्या मुलीला एका खानदानी कुटुंबात सून म्हणून आणण्यात त्यांना केवळ वेडेपणा वाटत नव्हता, तर कानिटकरकुटुंबाच्या ह्या एकुलत्या एक वारसाला या कुटुंबाचा आणि रक्ताचा काही अभिमान नसावा, याचे दु:ख होत होते. त्यांनी सर्व प्रकारचे युक्तिवाद करून पाहिले. मुकुंदावरील आपले मातृप्रेमाचे आवाहन करून पाहिले. परंतु मुकुंदाचं मन वळवणं त्यांना शक्य झालं नाही. शुद्ध रक्त नसल्यामुळं कुटुंबावर कसे घोर प्रसंग ओढवतात, याविषयी त्यांनी पुष्कळ उदाहरणं दिली; परंतु मुकुंदा आपल्या मतांना घट्ट चिकटून राहिला. या वादाची परिणती कुटुंबातील कटुता वाढण्यात होऊ नये, एवढ्यासाठी त्यानं नम्रता सोडली नाही. वेळप्रसंगी आपले सर्व हक्क आणि नाती मुकुंदाचं मन वळविण्यासाठी वासंतीबाईंनी पणाला लावण्याचं ठरवलेलं दिसताच त्यालाही निर्धाराचा पवित्रा घ्यावा लागला. निदान आईची तरी अनुमती घ्यावी म्हणून सुट्टीच्या दिवशी तो पुलगावला जायला निघणार, तोच आईचे पत्र हाती पडले. त्याच्या नकळत काका आणि काकू पुलगावला जाऊन आले होते, आणि आईचंही मन त्यांनी कलुषित केलं होतं. आईनं अर्थात काकूंच्या इतकं त्याला तोडून टाकलेलं नव्हतं. आईनं लिहिलं होतं, ''समक्ष भेटून तुझी समजूत घालणं अजून शक्य असेल, तर मी कठीण असूनही मुंबईला यायला तयार आहे. परंतु या विवाहासंबंधी केलेल्या कृतनिश्चयात जर तू बदल करण्याचा संभव नसेल, तर समक्ष भेटीत कटुताच निर्माण होण्याची शक्यता अधिक. आज आपल्या घरातील कर्ते पुरुष काकाच आहेत. वडीलकीच्या नात्यानं आणि त्याहीपेक्षा प्रीतीच्या नात्यानं त्यांनी केलेल्या विरोधाला माझीही अनुमती आहे. आईबापांचे गुण त्यांच्या मुलात उतरतात. पुष्कळ रोग, दुराचार पिढ्यान्‌पिढ्या चालत असतात. मुलगी गरिबाची असती, पण सदाचारी कुटुंबातली असती, तरीही विरोध करण्याचं आम्हाला कारण नव्हतं. बोलायला जीभ धजत नाही; पण माझी होणारी सून कोणत्या पापसंबंधातून उत्पन्न पावलेली आहे, तिचे आईबाप कोणत्या रोगांचे धनी आहेत, याचा काहीही मागोवा घेणं शक्य नसताना कानिटकरांच्या एकुलत्या एक वारसानं हा शरीरसंबंध जोडावा, हे मला मान्य नाही; आणि घरातल्या कर्त्या पुरुषाच्या रास्त निर्णयाला पाठिंबा देणं हे माझं कर्तव्य आहे. अर्थात आमचं न ऐकता तू हे जर लग्न केलंस तरीही आम्ही अडवणर नाही– अडवू शकणार नाही. आमच्या मनाविरुद्ध केलेल्या या लग्नालासुद्धा आम्ही आशीर्वाद देऊ... अनिच्छेनं!''

घरातील या संग्रामाची मुकुंदानं काहीही कल्पना मनोरमेला दिली नाही.

तशी कल्पना देणं आवश्यक आहे, हे त्याला सारखं वाटत होतं. पण त्याची जीभच रेटत नव्हती. एका सुविद्य पुरोगामी कुटुंबानं एका सर्वगुणसंपन्न मुलीला तिच्या हातात नसणाऱ्या कारणासाठी शिक्षा करायला उद्युक्त व्हावं, याविषयी त्याला विलक्षण खंत वाटली. कसलाही आधार न घेता जिनं आपले गुण सिद्ध केले आहेत, अशा मनोरमेची क्रूर चेष्टा इतक्या सुजाण माणसांनी करावी आणि कोणताही सामाजिक विचार डोळ्यांसमोर ठेवू नये, यामुळे त्याला घृणाच आली. स्त्रीविषयक चळवळीत अग्रभागी वावरणाऱ्या वासंतीबाईंना तरी स्त्रियांची मुक्ती कोणत्या प्रश्नात अडकलेली आहे, हे कळायला हरकत नव्हती. सुधारणा लोकांनी कराव्यात असा बोलघेवडा आदर्श ठेवणाऱ्या उथळ समाजसुधारकांची परीक्षा पाहण्यासाठीच असे प्रसंग त्यांच्या आयुष्यात येतात, असे त्याला वाटले. मोठी वाटणारी माणसं किती खुजी असतात, याचाही प्रत्यय अशा वेळी जगाला येतो हेच खरं.

मुकुंदा या पवित्र्यामुळं हतबुद्ध झाला. घरात राहून या एकाच विषयाची सदैव चर्चा करणं त्याला असह्य झालं होतं. आईनंसुद्धा इतका कडवटपणा पतकरावा यामुळे तो भांबावून गेला होता. सुखासीन आयुष्यात आजवर दिवस काढल्यानं व आयुष्यात कलाटणी देणारे निर्णय घेण्याची पाळी न आल्यानं ह्या प्रसंगाचा सोक्षमोक्ष कसा लावावा, याचा त्याला प्रश्न पडला. लग्न लांबविण्याचं समर्पक असं कारणही त्याच्याजवळ नव्हतं. आईला समक्ष भेटून तिच्याशी चर्चा करण्याचा त्यानं प्रयत्न केला. त्यावर ती एवढंच म्हणाली, ''मला तुझी बाजू समजते. तू मनोरमेला शब्द दिला आहेस, त्यामुळं तुला अडकल्यासारखं झालं आहे; परंतु आयुष्यात काही प्रसंग असे असतात, की क्षणिक कटुता उत्पन्न झाली तरी अंतिम हितासाठी ती पत्करावी लागते. आज नाही उद्या, पहिला बहर ओसरला की तुलाच तुझी चूक उमगेल. केवळ तुम्ही दोघंच म्हणजे संसार नाही. तुम्हांला मुलंबाळं होतील, त्यांचं भवितव्य लक्षात घेतलं पाहिजे; आणि आपल्या आवडी-निवडींवर थोडी मुरडही घातली पाहिजे. जग सुधारण्याचा आम्ही काही मक्ता घेतलेला नाही. इत:पर तुला हवं ते करायला तू मुखत्यार आहेस. आम्ही काही जुन्या माणसांप्रमाणं आकांडतांडव करू शकणार नाही.''

''अगं, पण तू मनोरमेला पाहिलं आहेस. तिच्यासारखी मुलगी शोधून तरी सापडेल का?''

''मी कुठं नाही म्हणते? ती मुलगी लाख चांगली असेल, पण ती आपल्याला नको.''

आईबरोबरच्या चर्चेत प्रेमाचा ओलावा मुकुंदाला जाणवला नाही. एखाद्या तिऱ्हाईत व्यक्तीशी बोलावं, तसंच ती बोलत होती. त्यामुळे प्रश्न सुटण्यापेक्षा अधिकच गुंता झाल्यासारखं मुकुंदाला वाटलं. या सगळ्यांशी झालेल्या विरोधानंतर आपण लग्न केलं तर लग्नानंतर राहायचं कुठं, या सर्वांशी वागायचं कसं, या प्रश्नाची उत्तरं त्याला सुचेनात.

पण एक दिवस या प्रश्नाचं उत्तर अकस्मात सापडलं. न्यायमूर्ती शिवदासानी यांनी त्याला चेंबरमध्ये बोलावणे पाठवले. जस्टिस कानिटकर आणि शिवदासानी हे चांगले घनिष्ट मित्र होते. गेल्या पाच-सात वर्षांतल्या मुकुंदाच्या प्रगतीवर त्यांचं लक्ष होतं. मधून-मधून मुकुंदा त्यांना भेटत असे, तेव्हा ते त्याला सल्लामसलत देत. त्यांनीच ओळख करून दिलेल्या गोस्वामी इंडस्ट्रीजच्या मनोहर गोस्वामींनी योजिलेल्या दोन औद्योगिक प्रकल्पांचं पुष्कळसं कायदेशीर काम गेले वर्षभर तो करीतच होता. न्यायमूर्ती शिवदासानींना तो चेंबरमध्ये भेटताच त्यांनी एक-दोन प्रश्न विचारले, "वेल, बॉय हिअर इज ए टेम्प्टिंग ऑफर फॉर यू (तुला एक चांगली आकर्षक संधी आली आहे.). गोस्वामी इंडस्ट्रीजची सर्व कोलॅबोरेशन्स नुकतीच दिल्लीहून मंजूर होऊन आली आहेत. त्यांच्या उद्योगाचा पसारा आता फार वाढणार आहे. परदेशाचे मोठमोठे तंत्रज्ञ आणि सल्लागार इथं येत राहणार. गोस्वामींना तुझ्यासारखा एक उमदा माणूस कायमचा म्हणून हवा आहे. मनोहर-शेटचा तुझा परिचय आहेच. माणूस चांगला आहे. तुझ्या कामाचं चीज करील. भरपूर पगार देईल, मॅनेजिंग एजन्सीतही थोडीशी भागीदारी देईल; आणि दहा-वीस वर्षांचा करार करील. स्वतंत्रपणा थोडा गमवावा लागेल; पण ऑफर अशी आहे, की मलासुद्धा मोह होतोय; पण मी आता म्हातारा झालोय. वाढत्या व्यवसायाचा धावता व्याप मला बुढ्ढ्याला झेपणार नाही. तुझं हेडक्वॉर्टर दिल्ली राहील. मला वाटतं, 'धिस इज ए गुड ओपनिंग फॉर यू.' वकिलीत पैसा मिळणार किती? जास्तीतजास्त माझ्यासारखा खुर्चीवर बसशील; पण ती ऑफर स्वीकारलीस तर 'स्काय इज द लिमिट.'

वास्तविक मनाच्या दोलायमान अवस्थेत असताना असली मोहमयी ऑफर यावी, याचंच मुकुंदाला आश्चर्य वाटलं. अर्थात ही ऑफर आलेली नाही, शिवदासानींनी आपल्यासाठी निर्माण केलेली आहे, हे ओळखण्याइतका तो चतुर होता. वकिली व्यवसायविषयी त्याला जसं प्रेम होतं, तसंच मुंबईवर त्याचं प्रेम होतं. ते उबदार घर, प्रेमळ मित्र आणि परिचित वातावरण त्याला सोडावंसं वाटत नव्हतं. वकिली व्यवसायात राहूनही त्याला आपलं नाटकाचं वेड भागवता

येत होतं. पण हे सारं खरं असूनसुद्धा त्याच्या आयुष्यात उद्भवलेल्या या विचित्र परिस्थितीत या ऑफरमुळं त्याला प्रकाश दिसला. एकाच घरात राहून अप्रिय विषयाची संगत परस्परांना करायला लावण्यापेक्षा आपल्या प्रिय व्यक्तीचा हात हातात घेऊन नवीन क्षितिजे शोधण्यासाठी भरारी मारण्यात काय कमीपणा आहे, असं त्याच्या मनात आलं; शिवाय आजचं आपलं व्यवसायतलं यश हे केवळ आपल्या गुणांचे पारितोषिक नव्हे, तर आपल्या वडिलांचा लौकिक, आपल्या काकांची प्रतिष्ठा यांमुळं आपल्यासारख्या ज्युनिअर वकिलाकडं नामांकित ब्रीफ्स येतात इतकंच, आणि म्हणून हे नवे साहस पतकरण्याचं त्याच्या मनात पक्कं झालं. शिवदासानींच्या चेंबरमधून बाहेर पडताना मनोरमेला कशी गाठायची, तिला हे कसं सांगायचं, हाच विचार त्याच्या मनात होता. लंचनंतर जी एक-दोन कामं करणं आवश्यक होतं, ती नाइलाजानं त्यानं उरकली, आणि मनोरमा ज्या वृत्तपत्रात काम करीत असे, तिथं तो आला; परंतु ती कामावर आली नव्हती, एवढंच नव्हे, तर ते काम तिने कायमचं सोडलं होतं. तोच अनुभव ती ज्या शाळेत काम करीत होती, तिथंही आला. आश्चर्य करीत तो हॉस्टेलमध्ये आला. मनोरमेची चौकशी करताना त्याला मेट्रननी जरा बसायला सांगितलं. मनोरमेच्या खोलीत राहणारी व तिच्याबरोबर एकदोनदा गाठभेट झालेली लैला चैनानी जिन्यावरून समोर येताना दिसली. तो हसला आणि तिनंही नाटकी क्षीण हास्य केलं. तिच्या हातात एक बंद पाकीट होते. त्या मुलीला काहीतरी बोलायची इच्छा होती. पण त्या बंद पाकिटातील गुप्त निरोपाच्या आकर्षणामुळं तिच्याकडं लक्ष न देता, त्यांना ते पाकीट फोडलं. नित्य परिचित सुगंधित अशी त्या छोटेखानी नोटपेपरची घडी त्यानं उघडली आणि तो वाचू लागला.

प्रिय मुकुंद,
मी आज मुंबई सोडली आहे कायमची. माझा शोध करू नका. माझ्याशी लग्न करायला तुमच्या घरच्या लोकांचा विरोध आहे, हे तुम्ही मला सांगायला हवं होतं. माझ्यापायी तुमचं घर उद्ध्वस्त व्हावं, असं मला वाटत नाही. तुझ्या काकू मला भेटल्या. त्यांनी आपलं म्हणणं मला सांगितलं. त्यांचं म्हणणं चूक आहे, असंही मला वाटत नाही. त्यांच्यावर माझा राग नाही आणि तुझ्यावरही नाही. माझ्या पात्रतेपेक्षा मी फार मोठ्या अपेक्षा केल्या, ही माझी चूक. त्या चुकीची किंमत मला आयुष्यभर

भोगली पाहिजे. पुन्हा सांगते, तुझ्यावर मी रागवू शकत नाही.

तुमचीच,

मनोरमा

पत्राचा अर्थ ध्यानी येण्याइतपत मुकुंदाला भानच राहिलं नाही. त्याला गरगरल्यासारखं वाटलं, आणि खुर्चीचा आधार घेत तो खाली बसला.

*

त्याने डोळे उघडले, त्या वेळेला लैला त्याच्या खांद्यावर हात ठेवून उभी होती. परिस्थितीचा अंदाज घेत क्षणभरात त्यानं स्वत:ला सावरलं. तो उठू लागला तेव्हा लैला त्याला म्हणाली, ''आपण कॅफेटेरियात जाऊ. तुम्ही थोडी कॉफी घ्या, म्हणजे तुम्हांला जरा बरं वाटेल.'' त्याच्या प्रत्युत्तराची वाट न पाहता ती कॅफेटेरियाच्या दिशेने चालू लागली. कळसूत्री बाहुलीप्रमाणे मुकुंदाही तिच्या मागोमाग गेला आणि ती दोघं एका कोपऱ्यातल्या टेबलावर बसली.

''मला फार वाईट वाटतं, मि. कानिटकर; परंतु असं अकस्मात आपण का निघून जात आहोत, याच्यासंबंधी तिनं काही खुलासा केला नाही. आज सकाळी ती मजेत होती. मी बाहेर पडायच्या वेळेला मेट्रनकडून तिला निरोप आला, म्हणून ती कोणालातरी भेटायला खाली गेली. मला घाई होती आणि मी धावतपळत कॉलेजला गेले. मी साडेअकरा-बाराला आले तोपावेतो खोलीत ती नव्हती, तिचं सामानही नव्हतं. तुम्हांला देण्यासाठी म्हणून एक आणि माझ्यासाठी एक अशी दोन पत्रे तिथे होती. माझ्या पत्रातसुद्धा घाईघाईनं मुंबई सोडायला लागल्याबद्दल फक्त दिलगिरी आहे. माझ्यावर तिचा इतका जीव होता की, मनाच्या तशा काही भ्रमिष्टावस्थेतसुद्धा मला आवडणाऱ्या तिच्या दोन साड्या ती माझ्यासाठी मागं ठेवून गेली. तिचा पत्ता लागावा म्हणून कानिटकर, माफ करा, तुमचं पत्रसुद्धा मी चोरून वाचलं. मनोरमेचा पत्ता नाही का हो लागणार? तुमच्या काकूंनी तिचा अपमान तरी काय केला असेल?''

मुकुंदा पुष्कळच सावरला होता. आपल्यासारखी हीही मुलगी धास्तावली आहे, हतबुद्ध झाली आहे, हे त्याच्या ध्यानात आलं. खरोखरीच मनोरमेचा पत्ता लावण्यासाठी त्या दोघांजवळ काही साधन नाही आणि घरंगळत्या दोन दगडांनी एकमेकांना आधार द्यावा, असं काहीतरी आपण करतो आहोत असं त्याला वाटून गेलं.

पण लगेच त्याच्या मनात आशेचा असा किरण उगवला, की ज्या अर्थी

दिशाहीन / ५९

या हॉस्टेलमध्ये तिला प्रवेश मिळाला, त्या अर्थी कोणातरी पालकाचं नाव तिच्या अर्जावर असलंच पाहिजे. जिथं जिथं ती नोकरी करत होती, तिथं तिथं तिनं काही शिफारसपत्रं दिली असलीच पाहिजेत. ज्या कॉलेजात तिनं शिक्षण घेतलं, तिथं तिच्या शाळेचा किंवा बालपणाचा माग उरला असलाच पाहिजे. आणि या नव्या आशेच्या किरणाबरोबर त्याच्यात एकदम चैतन्य स्फुरलं. मनोरमा तशी आपल्यापासून कुठंही दूर नाही आणि ती कुठंही असली, तरी तिला खेचून आपलीशी करणं तसं अशक्य नाही, या खात्रीनं तो आनंदून गेला. त्याच्या उजळलेल्या चेहऱ्याकडे पाहताना बावरलेली लैला अधिकच बावरली. एकदम उठता उठता तो म्हणाला, "चोवीस तासांच्या आत मी तिचा पत्ता शोधून दाखवतो."

"विश यू बेस्ट ऑफ लक!"

"थँक यू व्हेरी मच! बरं, जाऊ मी आता?"

"कॉफी घेतल्याशिवाय?"

"ओ, आय ॲम सॉरी. खरं सांगू! माझ्या लक्षातच आलं नाही."

मिस्कीलपणे हसत लैला म्हणाली, "मी समजू शकते."

कॉफी घेऊन होताच हसतमुख लैलाचा निरोप घेऊन मुकुंदा बाहेर पडला, तो विल्सन कॉलेजच्या प्रिन्सिपॉलना भेटण्यासाठी. मोरगाव येथील मिशन हॉस्पिटलमधल्या फादर जोहानकडे मनोरमा भेटेल, अशी माहिती घेऊन मुकुंदानं मुंबई सोडली. प्रेमात पडलेल्यांना रात्र-अपरात्र, अंधार-प्रकाश सारंकाही सारखंच असतं. झपाटलेलं प्रेमाचं झाड जलावाचून जगू शकतं अन् अग्नीतही थंड राहतं. घरी फोन करून आपण अकस्मात परगावी जातो आहोत, असं मुकुंदानं काकूला कळवलं. फोनवर काकूला तो एवढाच म्हणाला की, उद्या मी जो परत येईन तो मनोरमेला घेऊन, तिच्याशी लग्न करून. काकूंनी काही बोलायच्या आतच त्यानं फोन बंद केला. त्याचा सहकारी वकील पटेल याच्याकडे त्याने आपली स्कूटर टाकली आणि त्याची वेगवान फोर्ड घेऊन तो मोरगावच्या दिशेने निघाला.

पहाटेचे तीन-साडेतीन वाचले असतील. पुणं सोडूनही त्याला आता तासभर झाला होता. आपण रस्ता चुकलो किंवा काय, याची त्याला शंका आली म्हणून त्यानं एका तिठ्यापाशी गाडी थांबवली तोच 'मोरगावकडे दहा मैल' असा बोर्ड त्याला दिसला. आपला ठिकाणा आता आवाक्यात आला या खात्रीनं त्याला आणखी उत्साह आला आणि त्यानं गाडी मोरगावकडे वळवली. रस्ता अगदीच गचाळ होता. त्यामुळं त्याला मनाचा वेग आणि गाडीचा वेग जमवता येईना. गाडी फार सावधगिरीनं हाकावी लागत होती. उजाडण्याच्या खुणा जाणवू

लागल्या होत्या. मधूनच एखाद्या वस्तीतून कोंबड्याची बांग ऐकू येत होती. लुकलुकणारे दिवे दिसू लागले. एका टेकडीच्या माथ्यावर जाताच एका नव्या खोऱ्याचा थांगपत्ता लागला. आपण अंतर किती काटून आलो, हे कळायला त्याला खरोखरीच काही मार्ग नव्हता. कारण रस्त्यावर मैलांचे दगड नव्हते आणि डॅशबोर्डवर दिवा नव्हता. काळोखाचा दाट थर विरळ होऊ लागला. अंधूक अंधूक अशी सृष्टी दिसू लागली. एका छोट्या पाण्याच्या प्रवाहानं त्या छोट्याशा खोऱ्याचे दोन भाग केले होते. लांब दूरवर नदीच्या एका अंगाला देवळाचा कळस दिसत होता आणि दुसऱ्या अंगाला एक खूप मोठी वस्ती–त्यातलं ते अस्मानाला भिडणारं चर्च, रेखीव आणि नीटस अशी घरं, नदीच्या काठी फुलवलेला मळा लक्ष वेधून घेत होता. चर्चच्याच बाजूला मिशनचं हॉस्पिटलही असावं, असं मुकुंदाला वाटलं. कारण ती वस्ती निराळ्याच पद्धतीनं आखलेली होती. हे सारं उंचावरून पाहत असताना मुकुंदाच्या ध्यानात आलं, कानाकोपऱ्यांत प्रसिद्धीच्या झोतापासून दूर राहिलेल्या या वस्त्या, तिथले ते अबोल सेवक, तिथला निरपेक्ष भूतदयाधिष्ठित दिनक्रम ह्या साऱ्याला लागणाऱ्या विलक्षण निष्ठा कशा पैदा होतात? मायदेश, आप्त, स्वकीय, सुखासीन जीवन या साऱ्यांचा लीलया त्याग करून धर्मप्रचारासाठी एक नव्हे दोन नव्हे, लक्षावधी माणसं दाही दिशा हिंडतात, रुग्णांची सेवा करतात, नानाविध कष्ट उपसतात ते का? कशासाठी? धर्माला आपण तर क:पदार्थ मानतो. धर्म-धर्म म्हणून अधर्म करतो. देव-देवतांना बंदिवासात ठेवतो. अनाथ, दुबळे यांना संरक्षण देण्याऐवजी त्यांची उपेक्षा करतो. धर्माचा खरा अर्थ यज्ञात आहे, होमहवनात आहे का तपश्चर्येत आहे? मानवी जीवनातील दु:खे हलकी करण्याइत:पर आणखीन काही उच्च धर्म असू शकेल काय? मानवी उणिवा दूर व्हाव्यात आणि परमेश्वरी शक्ती प्राप्त व्हाव्यात, देवानं दिलेली सर्व इंद्रिये कार्यक्षम राहावीत, देवनिर्मित चल-अचल वस्तू साक्षेपानं वापराव्यात, ही धर्माची शिकवण असायला नको का?

हे विचार मनात येत असतानाच त्याची गाडी मिशन कम्पाउंडमध्ये शिरली. फादर जोहान असा किरट्या अक्षरांत लिहिलेला बोर्ड प्रकाशित परिसरात त्याला वाचता आला. त्यानं गाडी थांबवली. त्या परिसरात वर्दळ बरीच चालू झाली होती. दार वाजवताच कोणाच्या तरी पावलांचा आवाज ऐकू आला. दार उघडलं गेलं. समोर एक साठी उलटलेला, बुटका, हसतमुख चेहरा त्याला दिसला.

''आपणच फादर जोहान का?''

''होय. मी आपल्यासाठी काय करू शकतो?''

"माझं नाव मुकुंद कानिटकर. जस्टिस कानिटकरांचा मी मुलगा. आपल्याकडे मनोरमा आजरेकर राहतात का?"

फादर जोहानच्या चेहऱ्यात आणखी मिस्कील हास्य प्रकट झालं. ते म्हणाले, "तरी मला वाटलंच! काल मनोरमा रात्री घाईगर्दीनं इथं आली, तेव्हाच मी ओळखलं की तिच्या मागोमाग एखादा देखणा तरुण तिची वाट काढत काढत तिच्या मागे येणार म्हणून! डू यू वॉन्ट टू सी हर?"

मुकुंदा नुसताच हसला. बोलून उत्तर देण्यासारखा तो प्रश्न नव्हता. फादर मागे सरकले. त्यांनी मुकुंदाला आत येण्याला खुणावलं आणि एका ओबडधोबड खुर्चीकडे बोट दाखवीत ते म्हणाले, "फार लवकर आलास तू? अजून मनोरमा उठलीसुद्धा नाही. एरवी ती लवकर उठते. पण कालचा प्रवासाचा शीण आल्यामुळं अजून झोपली असेल! वेल, बी कंफर्टेबल. ती येईलच लवकर. तोवर तुला मी चहा पाठवून देतो."

इकडे तिकडे नीट चौकसपणानं पाहता पाहता भिंतीला टांगलेल्या एका तसबिरीकडे त्याचं लक्ष गेलं. मनोरमेचा तो एक लहानपणचा फोटो होता. त्या फोटोत तिच्या शेजारी एक वृद्ध गृहस्थ उभे होते. नीट निरखून पाहण्यासाठी मुकुंदा उठून त्या फोटोजवळ गेला. तो फोटो पाहण्यात गुंग असताना त्याच्या परिचयाचा एक सुगंध त्याला जाणवू लागला. त्या सुगंधानं तो इतका बेहोष झाला, की फादर चहाचा कप घेऊन त्याच्या समोर उभे राहिले आहेत, हे त्याच्या लक्षात आलं नाही.

"मनोरमेला उठवू नका. दमली असेल ती. सावकाश उठू दे. तोवर मी नदीकाठी एक चक्कर मारून येतो."

फादर स्मितपूर्वक म्हणाले, "खेडेगावचा अनुभव दिसत नाही बेटा तुला. सकाळच्या सुंदर वेळी नदीकाठच्या बाजूनं जाणं फार अमंगलपणाचं असतं. ते एक मोठं विचित्र दृश्य असतं. नदीच्या आमच्या या बाजूला आम्ही तसं काही करायला बंदी घातली आहे. तरीपण काही भरवसा देता येत नाही. तू आपला इथंच बैस किंवा माझ्याबरोबर चर्चकडे चल."

चहाचा कप खाली ठेवत मुकुंद म्हणाला,

"चला, माझी काही हरकत नाहीए. पण मला एकदा तोंड धुतलं पाहिजे."

"वेल, धिस वे."

फादरच्या मागोमाग मुकुंदा परसदारी आला. परसाचं आवार खूप मोठं होतं आणि त्यात खूप फुलझाडं होती. इतक्या पहाटे त्या सर्व झाडांना शिंपण घालून

झालेलं होतं. मुकुंदा पुढे सरकला आणि एका उघड्या हौदाशेजारी जाऊन तो त्यातल्या पाण्याने तांब्या भरून चूळ भरणार. तोच कोणीतरी गरम पाण्याचा तांब्या त्याच्या पुढे केला. जनानी हात दिसल्यामुळे दचकून जाऊन वाकलेल्या मुकुंदाने मागे वळून पाहिले आणि तो आश्चर्यचकितच झाला. हातात धरलेली तपेली सुटून खाली पडली आणि फादर जोहान, मनोरमा आणि तो मोकळेपणाने खदखदून हसले.

होय, ती मनोरमाच होती. पांढऱ्याशुभ्र वस्त्रांत तिचा तो आळसटलेला देह, तिचं ते घरेलू रूप, डोळ्यांतली एक नवखी तृप्ती हे सारं पाहून दोघांनाही संभाषण सुचेना. फादर केव्हा निघून गेले, हेही त्यांच्या ध्यानात आलं नाही. जेव्हा जाग आली तेव्हा मुकुंदा मनोरमेच्या निकट सरकला आणि म्हणाला,

"मला सोडून पळून आलीस! शोभलं का तुला?"

"नाही रे, मी पळून आले नाही. मला कोणी नातेवाईक नाहीत, रक्ताची माणसं नाहीत, म्हणून माझ्या स्वार्थासाठी तुझ्या आयुष्यातली सारी रक्ताची नाती मी का तोडावीत? एकटं असणं किती दुःखाचं आहे, हे मी पुरं अनुभवलं आहे. तुलापण त्याचा अनुभव यावा, असं मला वाटत नाही."

"खुळी आहेस तू. मनाविरुद्ध गोष्टी केल्यामुळं रक्ताची नाती कायमची तुटत नाहीत, आणि समज तुटली, तुझं नि माझं लग्न झालं, तर मग आपण दोघं एकटे राहणारच नाही. आपलं सुख आपल्याजवळ असतं. दुसऱ्यांच्या इच्छांवर आपलं सुख अवलंबून ठेवलं, तर आपण कधीच सुखी होणार नाही."

"तरी पण मला वाटतं मुकुंद, इतक्या हट्टानं आणि घाईनं केलेलं लग्न सुखावह होईल का?"

"ते तूच ठरवायचंस." मनोरमेला त्यानं जवळ घेतली, तिच्या गालाला गाल भिडवले. हरवलेलं काहीतरी गवसावं अशा आवेशानं त्याने तिला मिठीत घेतली. त्या मिठीत आजवर कधीच न जाणवलेला असा एक निराळाच स्पर्श झाला. कदाचित रात्रीच्या वेशभूषेचा तो परिणाम असेल. काहीतरी मऊ, उबदार, लुसलुशीत आपल्या वक्षाशी भिडले, या उन्मादानं त्यानं आपली मिठी अधिकच घट्ट केली. इतकी की ती थोडी दुखावली. तिनं चीत्कार काढले. त्या कामुक चीत्कारांनी तो अधिकच चेकाळला. त्याचे स्पर्श अधिकच बोलके झाले, आणि ओठांचा दंश तीव्र झाला. सुखानंदातही सावध असणाऱ्या मनोरमेनं त्याला बेसावध क्षणी दूर केलं. लाजेनं लाल झालेली, प्रभातकालीन मिलनानं तृप्त झालेली मनोरमा त्याला म्हणाली–

"काही काळावेळाची क्षिती आहे की नाही तुला? इथं उघड्यावर,

भोवताली वस्ती असताना एका ब्रह्मचारी पाद्र्याच्या घरात, हे काय चालवलंय तुम्ही? कोणी पाहिलं तर?''

''हे बघ, उगीच आजीबाईचा आव आणू नकोस. तू जर माझ्या जागी असतीस, तर एवढ्यावर थांबली नसतीस.''

''मग?''

''तेसुद्धा सांगायलाच हवं का? का प्रात्यक्षिक करून दाखवू?''

''तू अलीकडं फारच वाहवत चाललास हं!''

''अगं, हे तर काहीच नाही.'' असं म्हणत हातातून निसटलेल्या मनोरमेला पकडण्याचा तो प्रयत्न करू लागला. मनोरमेनं त्याच्या डोळ्यांतला तो आक्रमक हावभाव पाहिला आणि ती केव्हाच घरात पळून गेली.

*

फादर जोहाननी मनोरमेला आणि मुकुंदाला पुष्कळ गोष्टी सांगितल्या. संयमाचं, सहिष्णुतेचं आणि सेवेचं महत्त्व त्यांनी विशद केलं. त्या दोघांच्या विवाहप्रसंगी त्या वृद्ध पितृहृदयानं कण्वाच्या प्रेमानं आशीर्वाद दिला. कोणाला न सांगता सवरता अशा या कुग्रामात एका कुडबुड्या भिक्षुकाच्या सहाय्यानं लग्न झालं असल्याची खंत दोघांच्या मनात उरू नये, अशा तऱ्हेनं त्यांनी कौतुकानं लग्न लावून दिलं. मनोरमा तिथं बरीच वर्षं राहिलेली असल्यामुळं पुष्कळांच्या परिचयाची होती; त्यामुळं प्रत्यक्ष लग्नाच्या वेळी पाच-पन्नास माणसं हजर होती. गावच्या गुरवानं सनई वाजवली. एका जत्रेत दुकान टाकायला जायचं म्हणून खरेदी केलेले बत्ताशे लग्नात वाटले गेले. लग्नाचे सारे सोपस्कार पार पडले, तेव्हा जोहानच्या डोळ्यांत पाणी आलं. तो म्हणाला,

''एका अनाथ मुलीला तू सनाथ केलंस. धर्माचा खरा अर्थ असाच असायला हवा. ही माझी मुलगी फार गुणी आहे, स्वावलंबी आहे आणि कर्तबगार आहे. तुझा संसार ती सुखाचा करील. तुमची मुलंबाळं सुंदर, सद्‌गुणी निपजतील. तुमच्या सुखासाठी मी सदैव प्रार्थना करीन. पण लक्षात ठेव, या मुलीला खुपेल, तिचा मनोभंग होईल, असं अगदी रागाच्या भरातसुद्धा कधी बोलू नकोस, आणि मनोरमा, आता तुझी पूर्वीची सगळी नाती संपली. एका भूमीतून एक झाड उचलून दुसऱ्या भूमीत लावल्यावर त्या जमिनीचे गुणदोष ग्रहण करावयाचे असतात. तुमचं दोघांचं आयुष्य सुखी होओ.''

या लग्नात लग्नाचे म्हणून कपडे नव्हते, हुंडा नव्हता, मानपान नव्हते, करणी नव्हती, मिरवणुकी नव्हत्या, ठेवणीतले कपडे घालून जमलेला समुदाय

नव्हता. चकमकाट करणारा स्वागत समारंभ नव्हता. पण एकच गोष्ट होती; ती म्हणजे विवाहाला आवश्यक असलेली परस्परांविषयींची उदार प्रेमवृत्ती. अवघ्या चोवीस तासांत घडणाऱ्या या अनपेक्षित सुखवर्षावानं मनोरमा गुदमरून गेली होती. फादर जोहानचा, चिरपरिचित अशा त्या तिथल्या भाबड्या मिशनवासीयांचा ती दोघं निरोप घेऊन निघाली, तेव्हासुद्धा तिचं अंत:करण भरून आलेलं होतं. अनपेक्षित सुखाचा स्पर्श, येणाऱ्या जबाबदाऱ्यांची जाणीव आणि या जुन्या ऋणानुबंधाचा विरह यांमुळं तिची अवस्था काहीशी विचित्र झाली. गाडीत बसून नव्या समृद्ध जीवनाची वाटचाल करायला निघाली, तरीही मनोरमा गप्पच होती. दोन-तीन मैल गाडीची वाटचाल झाल्यावर जीर्ण स्थितीत असलेल्या एका देवळापाशी मुकुंदानं गाडी थांबवली. तिचा हात हातात घेऊन त्यानं तिला अदबीनं उतरवली आणि देवळातल्या त्या शिवलिंगापुढं येऊन ते उभे राहिले. मुकुंदा गुडघ्यावर बसला, तशी मनोरमाही वाकून बसली. त्यानं हात जोडताच तिनंही जोडले आणि मग तिचे डोळे आपोआप मिटले. ती नम्र झाली. ऐहिक सामर्थ्ये लंगडी पडतात, त्या वेळेस अद्भुत अशा अदृश्य शक्ती नव्या प्रेरणा देतात. आपल्या क्षुद्रत्वाची जाणीव, हीच एक परमेश्वरी रूप दाखवते आणि साऱ्या प्रश्नांचा उलगडा होऊन जातो. क्षणभरापूर्वी जे आयुष्य गुंतागुंतीचं वाटत होतं, ते क्षणार्धात सुबोध वाटतं. आपल्या सर्व व्यथा, आपदा, संकटे हळूच त्या शक्तीच्या पायाशी ठेवून लहान मुलाच्या भाबड्या लबाडीनं आपण आपल्या नित्याच्या विश्वात मुक्त मनानं येऊ शकतो. मुक्ततेची ती जाणीव, जीवनाला आवश्यक असणारं नवं स्फुरण देते.

दोघांनी डोळे उघडून परस्परांच्याकडं पाहिलं तेव्हा दोघंही खुदकन हसले. साऱ्या शंका आणि किल्मिषे संपल्याची ती पावती होती. आता केवळ सुखाचा रस्ता समोर होता आणि त्या रस्त्यानं त्यांची वाटचालही सुरू झाली होती.

*

अशाच एका रात्री आपण एकदा प्रवास केला, याची जाणीव मनोरमेच्या मनात होती. आपल्या नव्या घरात गृहलक्ष्मी म्हणून स्वागत करणारी आपली सासू त्या वेळी हजर होती. त्या वेळी आपण आवडलो नाही, तरी कौतुकानं का होईना आपला स्वीकार केला जाईल, याबद्दल तिला कसलीही शंका नव्हती. उलटपक्षी, आपले अस्तित्व त्या घराला सुखदायकच आहे, अशा अभिप्रायानं तेव्हा तिचं स्वागत होणार होतं. आता अवमानिलेल्या स्थितीत आपण त्या ठिकाणी जातो आहोत; तेव्हा आपल्याला कसं वागवलं जाईल, याविषयी ती

सचिंत होती. मुकंदाचा चेहरा मात्र निर्विकार होता. मधूनमधून तो काही खेळकर प्रश्न करी, पण ते तेवढ्याच पुरते असत. तो खेळकरपणाचं नाटक करतो आहे असं तिला वाटलं. झालेलं लग्न, त्यासाठी झालेली घाई, नव्या जबाबदाऱ्या, घरच्या लोकांचा विरोध या साऱ्या गोष्टींचा नाही म्हटलं, तरी त्याच्यावर परिणाम होणार होता. जसं जसं पुलगावचं त्यांचं जर जवळ येऊ लागलं, तसतसा त्यांचा गंभीरपणा अधिकच वाढला. प्रत्यक्ष घर दिसू लागल्यानंतर मनोरमेनं मुकुंदाचा हात हातात घेतला; आणि गाडी थांबवायला लावून ती म्हणाली, ''मुकुंदा, आता काय होईल रे? आई माझा स्वीकार करतील?''

क्षणभर मुकुंदा काहीच बोलला नाही; आणि मग तो म्हणाला, ''कोणास ठाऊक? पण मनोरमा, तुला घाबरायचं काहीच कारण नाही. जेव्हा लग्नाचा विचार पक्का झाला, तेव्हाच या सर्व गोष्टींचा मी विचार केला आहे. लग्नानंतर काही दिवस आपण कुठंतरी निवांत राहायला हवं होतं, ते राहिले बाजूलाच; उलट, या भलत्याच समरप्रसंगांना तोंड द्यायला आपण निघालो आहोत. तुला घरी प्रथम घेऊन जातोय ते एवढ्यासाठीच, की मग आपल्यावर कोणी उतावळेपणाचा आरोप करायला नको आहे. तुझ्याशी लग्न केले हा काही माझा क्षणिक मोहाचा निर्णय नव्हता, हे त्यांना कळायला हवं. आपण आपलं कर्तव्य करू, त्यांचं त्यांना करू दे!''

मनोरमेच्या डोळ्यांत पाणी आलं. असलं काही तिला घडायला नको होतं. मोठ्या माणसांना दुखावण्याचे प्रसंग तिला शल्यासारखे वाटत. पण तिच्यासमोर आता ठाकलेला हा प्रसंग निभावून नेणं भाग होतं. त्यासाठी तिला बळ हवं होतं, आणि त्या बळासाठी ती मुकुंदाच्या जवळ सरकली. मुकुंदानंही तिची भावना ओळखली. तिला क्षणभर हृदयाशी धरलं आणि तिच्या केसांवरून हात फिरवत तो तिला म्हणाला, ''मनोरमा, आयुष्यात पस्तावण्याचा प्रसंग तुला कधीही येणार नाही आणि मलासुद्धा! कधी कधी मी गडबडेन, बावचळेन, सत्य आणि विवेक यांचे मापन करताना घोटाळेन; त्या वेळेस असं मुळूमुळू रडून भागणार नाही, तर ताठ मानेनं तुला मला सावरलं पाहिजे. या वेळेला तर वेडे, प्रसंग तुझ्यावर नाही माझ्यावर आहे. जिनं मला जन्म दिला, वाढवलं, त्या आईचं प्रेम कदाचित मला गमवावे लागेल. कृतघ्नपणाचा शिक्का घ्यावा लागेल. पण मनू, त्या दिव्यातून मी पार पडेन. कारण मला माहीत आहे, की आईची नि मुलाची ताटातूट काही कायमची होणार नाही. आज ना उद्या नातू पाहायच्या निमित्तानं, मनानं थकल्यामुळं, कधी मुलाच्या आजाराच्या निमित्तानं, कठोरपण

सोडून ती पुन्हा आईसारखं वागेल...''

मनोरमेनं डोळे पुसले आणि त्याच्या गळ्यात मिठी टाकून ती म्हणाली, ''तुमच्याबरोबर मी आहेच. पण माझा अपमान झाला, तर तो मात्र तुम्ही मनाला लावून घेऊ नका आणि माझ्यासाठी आईशी मुळीच भांडू नका.''

आईशी भांडावंच लागलं नाही व काकांशी आणि काकूंशीही भांडावं लागलं नाही. कारण तीही दोघं याच घरी आता आलेली होती. त्या सर्वांना एकत्र पाहून मुकुंदाच्या मनात आलं, की नाटकात हा प्रसंग शोभून दिसला असता. काहीतरी खेळकरपणानं बोलून, झोपेतून जागे झालेल्या आणि थंड चेहऱ्यांनी स्वागत करणाऱ्या त्या घराचं हे सुतकी स्वागत झिडकारून द्यावं असं त्याला वाटलं; पण त्याच्याच्यानं ते धारिष्ट्य करवलं नाही. तो पुढे झाला आणि वाकून त्याने आईला नमस्कार केला. त्याच्याच पावलांवर पाऊल ठेवून मनोरमेनंही नमस्कार केला; आणि मग काका आणि काकूंनाही नमस्कार झाले. तिघांनीही थंडपणाने ओठातल्या ओठात आशीर्वाद दिले. काहीतरी संकेत ठरलेला असावा त्याप्रमाणे तिघांच्याही हालचाली सूत्रबद्ध होत्या. काका-काकू इथं नसते, तर आईनं आपलं इतकं कोरडं स्वागत केलं नसतं, असाही विचार त्याच्या मनात आला.

आई आतल्या दालनात गेली आणि काहीतरी घेऊन आली. ''केवळ आशीर्वादासाठीच, आई, आम्ही इथं आलो होतो. आम्ही आता जातो. चल मनोरमा.'' असं म्हणून दरवाजाकडे मुकुंदा वळला. तेवढ्यात 'थांऽब', असा आईचा स्वर ऐकू आला. मुकुंदानं आणि मनोरमेनं मागे वळून पाहिलं. आईनं काकूच्या हातात काहीतरी दिलेलं त्यांना दिसलं. काकू पुढे झाल्या. कुंकवाच्या करंड्यातून कुंकू काढून त्यांनी मनोरमेच्या कपाळाला लावलं आणि तिच्या हातात एक साडी आणि खण दिला. एका बारीकशा पेटीतून त्यांनी एक चंद्रहार काढला व तो मनोरमेच्या गळ्यात घातला. मनोरमेनं वाकून त्यांना पुन्हा एकदा नमस्कार केला. तिच्या डोळ्यांतून अश्रू ओघळत होते– सुखानं नि दुःखानंही! काका पाठमोरे उभे होते. त्यांना यातलं काहीच घडायला नको असावं. बायकांना– त्यातल्या त्यात आईला– सुनेनं तसंच परत जाणं बरं वाटलं नसावं. मनातून राग तर व्यक्त व्हावा, पण गृहस्वामिनीची कर्तव्येही पार पाडावीत असा काहीसा तिढा तिनं आपल्या अकलेनं सोडवण्याचा प्रयत्न केला होता; अर्थात यामुळं कोणीच सुखावलेलं नव्हतं. स्वागत झालंच नसतं, तर अहंकाराच्या ताकदीनं लढायला सिद्ध होणं सोपं होतं. पण मायेचा स्पर्श तर होऊन चुकला. या छोट्याशा विश्वाला पुरून उरणारी माया असूनही समोरच्या थंड डोळ्यांनी मायेची सारी ऊब

नष्ट केली होती.

भरल्या डोळ्यांनी, थरथरत्या पावलांनी मनोरमेनं मुकुंदाच्या मागोमाग ते घर सोडलं आणि खऱ्याखुऱ्या अर्थानं साता-जन्मांच्या सोबत्याबरोबर वाटचालीस आरंभ केला.

*

मुंबईत येऊन पोचताच मुकुंदानं आपलं अत्यावश्यक सामान घरातून बाहेर काढलं. तिनंही तात्पुरतं घाईघाईनं जाण्याच्या वेळी गोळा करून ठेवलेलं सामान ताब्यात घेतलं आणि एका आलिशान हॉटेलमध्ये संसाराची पहिली रात्र घालवली. बाल्कनीत समोरासमोर खुर्च्या टाकून बसून सुखदु:खांच्या गोष्टी बोलताना आपलं सुख कुठंतरी गढुळलंय असं का कोणास ठाऊक, मनोरमेच्या ध्यानी आलं. काही दु:खं जाणवतात; परंतु ती शब्दांत पकडता येत नाहीत. पाण्यात एकरूप झालेला रंग डोळ्यांनी दिसतो; परंतु तो पाण्यापासून वेगळा काही करता येत नाही, तसंच जीवितात कुठेतरी येऊन मिसळलेलं दु:ख कितीही झिडकारलं, नाकारलं तरी आयुष्याशी एकरूप होतं; इतकं, की ते आयुष्याचाच एक भाग बनतं. मनोरमेच्या अंत:करणात एकच वेदना ठणकत होती. वडीलधाऱ्या सर्व माणसांनी आपल्याला नाकारलेलं आहे. ज्या आपल्या कलंकित जन्मासाठी आपल्याला अपमान सोसावा लागला, तोच कलंक जन्मभर तर आपला पाठपुरावा करणार नाही ना?

मुकुंदाला तिच्या डोळ्यांतलं हे दु:ख सहज वाचता येत होतं; आणि या दु:खावर आपल्याला सदैव फुंकर घालावी लागेल, हेही त्यानं मनात ओळखलं होतं. आपला प्रेमानं ओथंबलेला स्पर्श, आपला उबदार निवारा, प्रभावी तारुण्याची हाक या साऱ्यांमुळं जखमी झालेल्या मनोरमेच्या मनाला हळूहळू आपण दिलासा देऊ शकू, याविषयी त्याच्या मनात खात्री होती. अनेक दिवस शक्य असूनही संयमानं आणि उच्च अभिरुचीनं राखून ठेवलेलं यौवनपुष्प आता सुगंधित होत जाईल, साऱ्या विश्वाला वेढून टाकणारं यौवनाचं हे मायाजाल साऱ्या शंकांना आणि दु:खांना कस्पटाप्रमाणं भिरकावून देईल; परंतु त्या शक्तीचा पहिला स्पर्श अत्यंत काळजीपूर्वक व्हायला हवा. काहीतरी हलकं-फुलकं बोलून मनोरमेला त्यानं सारखं हसत ठेवण्याचा प्रयत्न केला. आरंभी आरंभी तिचं ते हसणं केविलवाणं होतं; परंतु अखेरी मन हेसुद्धा पाण्याप्रमाणेच असतं. त्यात जो रंग मिसळावा, त्या रंगाने ते रंगून जातं. हळूहळू मनोरमा मोकळी होऊ लागली, बोलू लागली. त्याला आवाहन देऊ लागली. त्याच्याबरोबर सुखस्वप्नं रंगवू लागली

आणि काळाचं भान आपोआप विसरून जाऊन ती दोघं एकमेकांची झाली.

हे सारं झालं तरी कसं, असं मध्यरात्रीच्या निवांत अंधारात मनोरमा स्वत:ला विचारत होती. आपल्याला रुचलेल्या या पुरुषावर आपलं मन अनुरक्त झालेलं होतं; पण देह जेव्हा त्याच्या शक्तींना वश झाला, तेव्हा त्यानंसुद्धा कधी खळखळ केली नाही! एका कुडमुड्या भटजीच्या निरर्थक शब्दांनी, जतन करून ठेवलेलं कौमार्य एका पुरुषाच्या स्वाधीन करताना आपल्याला काहीही वाटलं कसं नाही? एका मखमली रस्त्यावरून ज्याला तुलनाच नाही अशा एका बेहोषीत आपण किती काळ वाटचाल केली! आजपर्यंत मिळालेल्या सर्व आनंदांपेक्षा हा आनंद किती विलक्षण, किती निराळा! अस्मानातल्या ग्रहगोलांची स्पर्धा करणारा आपला तो तरंगता देह कुठल्या अज्ञात शक्तीनं खेचून नेला, हे सांगता येणार नाही. या भूमीचा आधार तुटूनही आपला आधार मात्र सुटला नाही.

नुकताच डोळा लागलेल्या मुकुंदाच्या बाहूंवरून तिनं हात फिरविला. त्याच्याविषयी एक गाढ आदर तिच्या मनात जागा झाला. त्याच्या सौंदर्यापेक्षा त्याचं औदार्य, त्याच्या पौरुषापेक्षा त्याची अनुभूती यांनीच तिला जिंकून टाकलं होतं. आपल्या नग्न कायेवरून नजर टाकताना आपल्या रूपाचा अभिमान वाटण्याऐवजी तो देह आज कृतार्थ केला गेला, याबद्दल ती कृतज्ञ होती. मुकुंदाबद्दलच्या कधीही न वाटल्या गेलेल्या एका निराळ्याच भावनेनं तिच्या मनात आता प्रवेश केला. ह्या पुरुषासाठी आपण काहीही केलं पाहिजे, तो मागेल त्यापेक्षा अधिक किंवा त्याला सुचणार नाही अशी सारी सुखं आणि सेवा आपण करून कृतकृत्य झालं पाहिजे. तिला एकटे विचार करीत पडणं असह्य झालं. थकलेल्या मुकुंदाला जाग आणणं बरं नव्हे, असं मन सुचवीत असतानासुद्धा तिची गात्रे मुकुंदाच्या स्पर्शाचा हव्यास धरू लागली, आणि कळत नकळत तिच्या स्पर्शात आलेल्या आवेगानं मुकुंदा जागा झाला. त्याच्या डोळ्यांना निळ्या प्रकाशात न्हालेली ती पुष्टांगी दिसताच पूर्वरात्रीच्या सर्व प्रसंगांची त्याला याद आली आणि तो एकदम उठून बसला. कुठल्यातरी पुन:प्रत्ययित चैतन्यानं त्याची सुस्ती नाहीशी झाली. त्यानं अनपेक्षितपणे मनोरमेला जवळ ओढून घेतली आणि त्यामुळे तिचे ते सारे ओझे त्याच्या अंगावर कोसळले. तिच्या सुकुमार देहाच्या सर्वांगीण स्पर्शानं तो एकदम रोमांचित झाला. हे सौंदर्य अभिजात होतं– टवटवीत होतं– सुडौल होतं. या उबदार मृदू स्पर्शात आग होती अन् त्या आगीला विझवणारी जलधारा होती. पाहता पाहता मनोरमा थकली आणि त्या सुस्तीत झोपी गेली.

*

चार-दोन दिवस या नव्हाळीत डुंबल्यानंतर मनोरमेनं एक दिवस त्याला सत्यस्थितीची जाणीव दिली. पराक्रमी पुरुषाला सुख आणि धुंदी पारितोषिक म्हणून हव्या असतात. पुढे काय करायचं, यासंबंधी हालचाल केली पाहिजे, असं तिनं सुचविताच मुकुंदा हसला आणि म्हणाला–

"इतक्या लवकर तू पृथ्वीवर आलीस?"

मनोरमा हसून म्हणाली, "आम्ही बायका नेहमीच पृथ्वीवर असतो. तुम्ही पुरुषच क्षण-दोन क्षणांपुरती स्वर्गात भरारी मारता; आणि नंतर पृथ्वीवर कोलमडता."

तिच्या वाक्यातला चावट अर्थ त्याच्या लक्षात आला आणि तो खदखदून हसला. तिचं हे असलं बुद्धिपूर्ण पण चावट बोलणं त्याला फार आवडलं. तिच्यात पुरुषी मोकळेपणा होता त्यामुळेच ती त्याला अधिक प्रिय झाली होती. व्यवहारांची आठवण तिनं त्याला द्यावी, यातही आश्चर्यकारक काही नव्हतं. लवकरात लवकर घर करण्याचा लकडा तिचाच होता. हे बाजारू राहणं, पैशाची उधळमाधळ करीत हॉटेलातलं खाणं हे तिला थोड्या दिवसांसाठीसुद्धा नको होतं. एकतर ती जन्मापासून गृहहीन होती म्हणून असेल किंवा आपल्या नवऱ्याला संपूर्ण सुख देण्याच्या कल्पनेमुळं असेल, लवकरात लवकर घर झालं पाहिजे, असा तिचा आग्रह होता. दिल्लीला जाण्याच्या योजनेला जर काही वेळ लागणार असेल, तर तात्पुरतं का होईना छोटंसं घर ताबडतोब पाहण्याविषयी तिची धडपड सुरू झाली.

घराविषयी ती आसुसलेली आहे हे कळल्यामुळं मुकुंदानं वेळ न घालवता कुलाब्याला एक छोटासा फ्लॅट पाहिला आणि जुजबी सामान खरेदी करून त्यानं संसारही मांडला. दिल्लीला जाण्याची बोलणी चालू होती, परंतु हातातली कामं पुरी करणं मुकुंदाला आवश्यक होतं. कामात गुंतल्यानंतर मुकुंदा एक निराळाच पुरुष होतो, हे मनोरमेच्या लक्षात आलं. संसारातली सर्व छोटीमोठी कामं करण्याची जबाबदारी मनोरमेने घेतली. एवढंच नव्हे, त्याच्या कामातही ती मदत करू लागली. इतक्या थोड्या वेळात घरातली सारी कामं उरकून, रुचकर स्वयंपाक करून ती परत त्याच्या चेंबरमध्ये येऊन फायलिंग, टाइपिंगसारखी कंटाळवाणी कामं कशी करते, हा विचार मनात आला, की मुकुंदाचं मन तिच्याविषयीच्या आदराने भरून जाई. दिवसभर त्याच्याबरोबर असणारी ही त्याची पुरुषी सहचारिणी रात्री एकदम असं निरागस लाडिक रूप घेई, की मुकुंदा चक्रावून जाई. आपण निवड करतेवेळी तिचे कितीतरी गुण आपल्याला कळले नव्हते, हे लक्षात येऊन तिच्याबद्दलचा आदर द्विगुणित होई.

महिना-दोन महिन्यांच्या अवधीत मुकुंदाला दिल्लीला जाण्याची ऑफर

नाकारण्याचा मोह व्हावा, अशा तऱ्हेचं समृद्ध छोटेखानी घरकुल मनोरमेनं उभारून दिले. पण मुंबईत वावरताना आपला कुटुंबाशी झालेला कलह कुणाला समजू नये, यासाठी मुकुंदाला खूपच मनस्ताप सहन करावा लागला, आणि तसे प्रसंग वेळोवेळी वाढत जातील या कल्पनेमुळे काय करावे, याबद्दल मुकुंदाचा निर्णय होईना. लग्न झाल्यानंतर मुंबईत राहायचे नाही, ही कल्पना लग्न घाईघाईत झाल्यामुळे आणि दिल्लीचे जाणे नक्की न ठरल्यामुळे त्याला सोडून द्यावीच लागली. पण याही प्रश्नाचा तिढा अकस्मात सुटला. मनोरमेला दिल्लीच्या स्कूल ऑफ ड्रामाची शिष्यवृत्ती मिळाल्याचं पत्र घेऊन एक दिवस लैला जेव्हा मनोरमेकडं आली, तेव्हा मुकुंदानं गोस्वामींना भेटून दिल्लीला जाण्याची योजना पक्की केली. दिल्लीला जाण्यासाठी म्हणून दिवस मुक्रर झाल्यानंतर मुंबईतल्या अगदी निकटवर्तीयांना भोजनप्रसंगाच्या निमित्ताने एकत्र बोलवावं, असं दोघांनी ठरवलं. मुकुंदाच्या पुष्कळ मित्रांना त्याचं लग्न झालेलंही ठाऊक नव्हतं. तेव्हा त्या निमित्तानं 'रेक्स क्लब'मध्ये त्यांनी एक पार्टी अरेंज केली. पार्टीला बोलवायच्या लोकांच्या यादीत अर्थात कोणीही नातेवाईक अगर कानिटकरकुटुंबाचे खास ऋणानुबंधी असणार नव्हते.

ही छोटेखानी पार्टी चांगलीच रंगली. मुक्त नसलं तरी माफक प्रमाणावर मद्य तिथं उपलब्ध होतं. क्लब खासगी स्वरूपाचा असल्याकारणानं समारंभाला एक आटोपशीर स्वरूप आलं होतं. सर्व पाहुणे आले तरी मुकुंदा दरवाजाशी प्रतीक्षा करीत होता, यावरून आणखी कोणीतरी महत्त्वाचा पाहुणा येणार असावा, हे मनोरमेनं ताडलं. पाहुण्यांची सरबराई करता करता तिचं लक्ष दरवाजाकडं होतं. तेवढ्यात दरवाजातून एक भारदस्त प्रौढ गृहस्थ येताना दिसले. मुकुंदा त्यांच्याशी फारच अदबीनं बोलत होता. दोघंही आत आले आणि मनोरमेपाशी ते दोघंही येताच मुकुंदा म्हणाला, ''ही मनोरमा, माझी बायको, आणि हे शिवदासानी. जस्टिस शिवदासानी. मला काकांसारखे आहेत. यांना नमस्कार कर.''

एवढ्या पुढारलेल्या जनसमुदायात पाश्चात्त्य रीतिरिवाजांनी चाललेल्या या पार्टीत वाकून नमस्कार करणं मनोरमेला काहीही अवघड वाटलं नाही. एकतर मुकुंदानं ते सुचवलं होतं आणि का कुणास ठाऊक, या हसतमुख माणसाच्या संपर्कात तिच्यातील शरणभाव जागा झाला. वडीलधाऱ्या माणसापुढं नम्र होण्यात एक प्रकारचं आत्मिक सामर्थ्य असतं आणि त्या बळाची तिला आवश्यकता वाटली. वाकलेल्या मनोरमेच्या पाठीवर त्यांनी हात ठेवला तेव्हा मनोरमेला उगीचच वाटलं, की त्यांच्या कुशीत शिरावं आणि खूप हमसाहमशी रडावं. या

आनंदाच्या प्रसंगी आपल्याला असं का वाटावं, हेही तिला कळेना. पण शिवदासानींच्या बोलण्यानं ती भानावर आली. शिवदासानींनी दुसऱ्या हातांनी मुकुंदाला जवळ ओढलं आणि ते म्हणाले, "यू डोन्ट डिझर्व सच ए ब्राइट डॅमसेल (इतक्या सुंदर बायकोची तुझी लायकी नाही)." आणि मग ते खळखळून हसले. यावर मुकुंदा म्हणाला, "अंकल, हे तर खरंच. पण मोठ्या माणसांचे, तुमच्यासारख्या मायाळू काकांचे आशीर्वाद असल्यावर रंभा-उर्वशीसुद्धा माझ्यावर फिदा झाल्या असत्या." आणि मग तिघांनाही हसू फुटलं.

शिवदासानी पार्टी संपल्यावर निघून गेले; पण त्यांचा तो वत्सल स्पर्श कितीतरी काळ मनोरमेला आठवत होता.

*

दिल्लीच्या नव्या वातावरणात रुळायला मुकुंदाला आणि मनोरमेला फारसा वेळ लागला नाही; कारण दोघांनाही माणसांची आवड होती. मुकुंदानं प्रयत्नांची कसूर न करता दिवसाचे अठरा-अठरा तास काम करण्याचा झपाटा दाखवला आणि हां हां म्हणता आपल्या नवीन जागेवरील आपला हक्क प्रस्थापित केला. त्याच्या त्या जबाबदारीच्या जागेला शोभेल असंच मनोरमेचं वागणं असे. वेगवेगळ्या संबंधांत अनेक पार्टीज्ना त्याच्याबरोबर जेव्हा तिला जावे लागे, तेव्हा साऱ्यांचे डोळे खिळवून ठेवण्यासारख्या अत्याधुनिक फॅशन्स ती करत असे. मुकुंद आणि मनोरमेचा एकमेकांना साजेसा जोडा पाहून उत्स्फूर्त असा प्रसन्न आनंद अनेक ठिकाणी व्यक्त होई. आपल्या नाट्यगुणाची आवड मुकुंदाला आपल्या व्यवसायानिमित्त मारावी लागली, तरी त्याची कसर मुकुंदाच्या कोणत्याही कार्यक्रमात व्यत्यय येणार नाही अशा तऱ्हेनं मनोरमेनं भरून काढली. तिचं रूप, लाघवी स्वभाव, इंग्रजी-हिंदी आणि मराठी भाषांवरचं प्रभुत्व, नाटक आणि गाण्यातील समज यांमुळं दिल्लीतल्या या उच्चवर्णीय समाजात तिने अपूर्व असं स्थान प्राप्त करून घेतलं. आपल्या नवऱ्याच्या नवीन जबाबदारीच्या कार्यात साहाय्य करता यावं एवढ्यासाठी एक वर्षभरपर्यंत तिनं स्कूल ऑफ ड्रामात मिळालेला प्रवेश पुढे ढकलून घेतला.

जो काही थोडा वेळ मिळेल, त्या वेळेतला कणन् कण दोघेही जण मनमुराद उपभोगीत. अकस्मात मधेच एखादा दिवस महत्त्वाचे असं काही काम नाही, असं पाहून दोघेजण कुठेतरी भटकंतीला जात. त्या वेळेला रोजच्या दिनक्रमातील प्रौढपण दोघेजण विसरत. कित्येकदा गमतीनं मनोरमा एकपात्री नाटक करून दाखवी. प्रेक्षक अर्थात मुकुंदा एकटाच असे. स्वरोच्चारांवरील आघात, चेहऱ्याच्या स्नायूंवरील हकुमत, एखाद्याच विचित्र वाटणाऱ्या लकबीनं,

हालचालीनं किंवा विभ्रमानं एखादं दुर्मीळ व्यक्तिमत्त्व उभं करण्याचा तिचा हव्यास, कधी आर्त हुरहुरीनं भरलेलं तर कधी चैतन्यानं थबथबलेलं, कधीकधी सुधाकर, हॅम्लेट अशा एकांतिक व्यक्तिमत्त्वाची सामर्थ्यशाली स्वगते, तर कधी 'खडा मारायचा झाला तर' यासारखी मुग्ध स्वगते... हे सारं ती एकाच प्रेक्षकाच्या मनोरंजनासाठी करीत असे. या तिच्या कर्तृत्वसंपन्न भावविश्वाकडे पाहून मुकुंदा मनाशी लाजत असे. मुकुंदा तिला एकदा म्हणाला,

"खरंच मनोरमा, मला वाटतं, माझ्याशी लग्न करण्याची तू चूक केलीस." त्याच्या त्या बोलण्याचा नीटसा अर्थ न समजल्यामुळे बावरलेल्या मनोरमेला काय उत्तर द्यावं, तेच कळेना. तिचा बावरलेला चेहरा पाहून मुकुंदा हसला आणि म्हणाला, "अगं, तसं काही माझं म्हणणं नाही. तुझे नाट्यगुण पाहिले की मला वाटतं, केवळ एका सामान्य माणसाची सेवा करण्यापेक्षा तू फार मोठ्या दर्जाची नटी झाली असतीस. मला वाटतं, तुझं आयुष्य आता फुकटच चाललंय."

मनोरमा काहीच बोलली नाही. ती गंभीर झाली. ती काहीच बोलत नाही असं पाहून मुकुंदा म्हणाला, "का गं, बोलत का नाहीस?"

मनोरमा म्हणाली, "मला नटी होण्याची महत्त्वाकांक्षाच नाही. स्वत:च्या आनंदासाठी नाटकात काम करणं निराळं आणि पैसा फेकणाऱ्या त्या प्रेक्षकांची दास होणं निराळं. माझ्या आयुष्यात आता काही कमी नाही. मला पैशांची गरज होती म्हणून मी नाटकांत कामं करीत होते. कदाचित गुणामुळं अगर कदाचित परिश्रमामुळंही मला त्यात यश मिळालं असेल, पण खरं सांगू. तुमची पत्नी या नात्यानंच माझा खरा सन्मान होतो. तुमच्या व्यवसायाच्या सोईसाठी या सुखवस्तू सवयी लावून घेतल्या आहेत. खरं पाहाल तर एखाद्या खेड्यात अगदी गरिबीचा संसार करायलासुद्धा मला सुख वाटेल. मला आकांक्षा नाहीत असं नाही. मला आई-बाप नसल्यामुळे लहानपणी घर मिळालं नाही. मला घर नव्हतं म्हणून तुम्हीही तुमच्या घरापासून वंचित झालात. माझ्या मुलांसाठी तरी मला चांगली आई व्हायला पाहिजे. त्यांच्यासाठी चांगलं घर निर्माण करायला पाहिजे. माझ्यामुळं ज्यांनी तुमच्यावर रोष धरला आहे, त्या माणसांना मला आज ना उद्या जिंकलं पाहिजे; आणि त्यांना जिंकायचं म्हणजे ही समृद्धी पाहिजे. पैशांनी माणूस सुखी होत नाही, परंतु पैशानं माणसं जिंकता येतात; आणि म्हणूनच तुमच्या या नवीन यशस्वी आयुष्यात माझं मन रमलं आहे."

गमतीगमतीच्या बोलण्यातून कुठं हा गंभीर विषय आला, असं मुकुंदाला झालं. मुकुंदा मनोरमेच्या सहवासासाठी सदैव भुकेलेला असे. तिच्या मनातील

सारी शल्ये आणि दु:खे त्याला माहीत झालेली होती आणि ती दूर करण्यासाठी लागणाऱ्या युक्त्याही त्याला माहीत होत्या. गोडाची मिठी बसू नये म्हणून ज्याप्रमाणे एखाद्या तिखट पदार्थाची योजना केलेली असते, तशीच जणू काही योजना विधीनं आपल्या गोड संसारात केलेली असावी, असं मानून आपल्या नातेवाइकांची अनुपस्थिती तो दुर्लक्षित असे. मनोरमेच्या स्वभावात जो एक बहुरंगी लाघवीपणा होता. त्यामुळे तर बारीकसारीक दु:खासाठी हळहळण्याची इच्छाच त्याला होत नसे. सौंदर्याचे तिचे बदलते नवेनवे रूप, सुजाणपणानं तिनं केलेला प्रसाधनांचा वापर, वेशभूषा आणि केशभूषा यांत तिनं अभ्यासानं बसवलेल्या नवनव्या कल्पना आणि रंगसंगती यांमुळे तिचं निरनिराळं अस्तित्व सदैव जाणवत असे. पूर्वपरिचयामुळे आलेली सुगाढता आणि प्रत्यही नावीन्याचा साक्षात्कार देणारी संपन्नता या दोन्हींमुळे तिचा सहवास ओळखीच्या परंतु नवविकसित फुलाप्रमाणे वाटे. तिची संगतीत एवढ्यासाठीच सदैव ताजी वाटे - टवटवीत वाटे.

नवी यशे, नवे सन्मान, भरीव संपन्नता यांमुळे दिवसेंदिवस त्यांच्या संसाराला पिकल्या फळाप्रमाणे गहिरा रंग येऊ लागला आणि त्यातच जेव्हा मनोरमेच्या अंगावर निराळी कांती येऊ लागली, तेव्हा मुकुंदा मनातून सुखावला. वास्तविक अपत्यसंभवाची कोणतीच बाह्य खूण दिसत नसताना किंवा आपण तशी काही कल्पना दिलेली नसताना आपला नवरा आपलं हे कौडकौतुक का करतो हेच मनोरमेला कळेना. तिच्या ओटीपोटावरून हात फिरवताना किंवा तेथे कान टेकून चाहून घेताना आपल्या खुळ्या नवऱ्याला पाहिलं की मनातनं सुखावलेली मनोरमा नाटकी संतापाने त्याला म्हणे, ''मला कळलं नाही ते तुम्हांला कसं कळलं?''

''ते तुला कळायचं नाही. कुठं धान्य पेरतो हे उगवल्याशिवाय शेतकऱ्याला माहीत असतंच की नाही? जमीन चांगली असली, शेतकऱ्यानं त्याची देखभाल वेळेवर केलेली असली, पाऊसपाणी वेळेवर पडलं म्हणजे बी रुजायलाच पाहिजे.''

''काहीतरी सारखं चावट बोलता आणि मला गुंगवून टाकता. विषय बाजूलाच पडतो.''

''विषय मुळीच बाजूला पडत नाही; उलट अगदी नित्य नियमानं हा सेवक सेवा करतो, म्हणून तर बाईसाहेब, फळाची आशा आहे.''

''इतका रे का अधीर होतोस?''

''ते तुला कसं कळेन मनू?'' नुसते तुला दिवस गेलेत असं कळवलं, की आई पंख लावून इथं येईल पाहा. किती झालं, तरी कानिटकरांच्या पुढच्या

पिढीचा हा अंश आहे आणि माझ्यावाचून त्यांना गत कुठं आहे?''

"तुला, मुलाची हौस नाही तर!''

"हे बघ, तू आता वाकड्यात जाऊन बोललीस. मला मुलाची हौस खूप आहे, पण त्याच्यासाठी मी एवढा अधीर झालो नाही. आणखी वर्ष-दोन वर्षं गेली असती, तरी मला चालली असती. आज थोडी मोकळीक आहे तुला. तेव्हा, मनात येईल तेव्हा कुठंही जाऊ-येऊ शकतो आपण.''

"ते काही नाही. तुम्हांला आईच्याच भेटीची उत्सुकता लागली आहे.''

"नाही कुठं म्हणतोय मी? आपल्या संसारात तेवढीच एक उणीव आहे. वडीलधाऱ्या माणसांच्या मायेची माझ्यापेक्षा तुलाच गरज आहे मनू! खरं सांग, माझं एक राहू दे पण आई इथं आली, तिच्या मनातलं किल्मिष दूर झालं, तर माझ्यापेक्षा तुलाच हर्ष जास्त होईल की नाही? खरं सांगू, घरात तू एकटी असतेस तेव्हा तुला कंटाळा येत असेल. उद्या आपल्याला मूल झालं की त्याच्या कोडकौतुकात तुला आणि आईला माझी आठवणसुद्धा व्हायची नाही.''

"तर तर! तुम्हांला विसरून कसं चालेल? आपल्याला जो मुलगा होईल, त्याला बहीण कशी मिळेल खेळायला मग?''

"म्हणजे त्यातही तुझा स्वार्थच आहे. मला जी मुलं हवीत ना, त्या केवळ तुझ्या प्रतिकृती हव्या आहेत; तुझी सारखी आठवण करून देणाऱ्या.''

"नको रे बाबा, माझ्यासारखी मुलं!''

"व्हायची ती तुझ्यासारखीच व्हायला पाहिजेत. सुंदर, नाजूक निळ्या डोळ्यांची.''

"असलं काहीतरी बोलू नका. मला माझ्यासारखी मुलं मुळीच व्हायला नकोत. कानिटकरांच्या कुटुंबाला आणि वैभवाला शोभतील, अशीच मुलं माझ्या पोटी यायला हवीत.''

मुकुंदा हसला आणि म्हणाला, "असं कधी होत नाही. आई-बापांचे गुणदोष घेऊनच मुलं जन्म पावतात.''

"म्हणून तर मुकुंदा माझ्यासारखी मुलं मला व्हायला नकोत.''

"ती का?''

"कसं सांगू तुला समजावून? मी कोण आहे, माझं रक्त कुणाचं आहे, हेच जिथं मला सांगता येत नाही, तिथं ते मी चांगलं आहे का वाईट आहे, हे कसं ठरवू? खरं सांगू, माझ्या मनात एक भीती घर करून राहते. आईंनी तुला पत्रात लिहिल्याप्रमाणं आपल्या मुलात माझ्यामुळं काही दोष उत्पन्न झाले...''

"खबरदार मनू! हे असलं काहीतरी अडाणीपणाचं भाषण तुला मी कदापि करू देणार नाही. तुला जेव्हा मी स्वीकारली, तेव्हा मी या साऱ्या गोष्टींचा विचार केला आहे. तुझे गुण-दोष मनाशी पारखून मी तुझ्यावर प्रेम केलं, तुझ्याशी लग्न केलं. नसत्या भलभलत्या शंकाकुशंका काढून तुझं आणि माझं आजचं सुंदर आयुष्य गढूळ करू नकोस. क्षणभर असं समजू, की आपल्या मुलात काही अवगुण आला तर तो तुझाच म्हणून का समजतेस तू? माझ्या खानदानात सर्वांचा हवाला द्यायला मी काही ब्रह्मदेव नाही. आमच्या मागच्या पिढ्यांत तो दोष असू शकेल. असल्या दोषांची कधी वाच्यता केली जात नाही. कुठल्यातरी काल्पनिक दुःखाने व्याकूळ व्हायचं तुला कारण नाही; त्यापेक्षा कल्पनाच करायची तर असंच का समजत नाहीस, परिस्थितीनं अगतिक झालेल्या परंतु मोठ्या कर्तबगार आईबापांचा तुला वारसा असेल; किंबहुना तीच शक्यता जास्त आहे. कारण कनिष्ठ समाजात अशा तऱ्हेची परिस्थिती जेव्हा येते, तेव्हा ती मुले जन्मताच मरतात, मारली जातात किंवा गटाराच्या कडेलाच जगतात-वाढतात. अनैतिक संबंधातून निर्माण झालेल्या मुलाला अनाथ आश्रमात पोचवून, त्याच्या देखभालीची काही व्यवस्था करणं हीही एक सुसंस्कृतपणाचीच खूण आहे. आणखी एक गोष्ट तुला सांगतो, अनाथ आश्रमातल्या इतक्या मुलांना सोडून दादाजींनी तुझ्यावर जास्त माया केली; एवढंच नव्हे, अखेरच्या घटकेपर्यंत तुझं संगोपन केलं आणि मृत्यूनंतरही तुझ्या संगोपनाची काही व्यवस्था केली, याचं कारण काय असेल, ते तू ओळखायला हवं होतंस. कोणातरी मोठ्या माणसाला तुझ्या पालनपोषणासाठी त्यांनी शब्द दिला असला पाहिजे; किंवा कोणाकडून तरी तुझ्यासाठी नियमित पैसे येत असले पाहिजेत. या सर्व गोष्टींचा मी विचार केलेला आहे आणि म्हणून चुकूनसुद्धा तुझ्याविषयी माझ्या मनात कसली शंका उत्पन्न झालेली नाही. तुझ्याकडे नीट निरखून पाहिलं, की मला तरी माझ्या परिचयातल्या काही काही माणसांची याद येते. तुझ्या डोळ्यांतलं तेज, बुद्धीचा चमकदारपणा, हेवा वाटावा अशी ती शरीरकांती- माझ्यावर विश्वास ठेव मनू, हे सारं अस्सल आहे. हे शंभरनंबरी सोनं आहे; आणि क्षणभर गृहीत धर, मी म्हणतो तसं नाही. तरीसुद्धा काय बिघडलं? महाभारतातला तो श्लोक आठवतो, 'दैवायत्तं कुले जन्म मदायत्तं तु पौरुषम्.' शेवटी सारं काही स्वतःच्या कर्तृत्वावरच अवलंबून आहे. पाचपन्नास वर्षांपूर्वीच्या राजसिंहासनाच्या आजच्या वंशजांकडे पाहिलं, तर आनुवंशिक शास्त्रांची कीव करीवीशी वाटते. बाकी मनू, कोर्टात आर्ग्यूमेंट केल्यासारखं बोललो नाही मी? फार दिवसांनी

मला कोर्टाची आठवण आली. अगं, तुला सांगायला विसरलो. शिवदासानीकाकांची सुप्रीम कोर्टाचे जज्ज म्हणून नेमणूक होण्याचं घाटतंय. ते आले म्हणजे आपल्याला जायला इथं एक घर होईल.''

''केव्हा येणार आहेत ते इथं? मोठे छान गृहस्थ आहेत नाही? तुमच्यावर तर त्यांचा मुलासारखा जीव दिसतोय.''

''हो, तुझी गाठ पडली नाही म्हणून; नाहीतर माझ्यावरचं सगळं प्रेम आटायचं आणि तुलाच मुलगी समजून...''

''ते का? त्यांना स्वत:ची मुलंबाळं नाहीत?''

''ती तर त्यांची ट्रॅजेडी आहे.''

''त्यांनी फार उशिरा लग्न केलं. कुणी म्हणतात, तरुणपणी त्यांचा प्रेमभंग झाला. त्यातून बाहेर पडून त्यांनी लग्न केलं ते फार उशिरा. त्यांची बायको वर्ष-दोन वर्षं जगली असेलनसेल. त्यामुळं त्यांना मूल झालंच नाही आणि त्यांनीही पुन्हा लग्न केलं नाही. मनानं असा उमदा माणसू आहे म्हणून सांगू! माझ्या बाबांचे ते फार चांगले मित्र होते. संध्याकाळी पुष्कळ वेळा ते आमच्या घरी येत. दोघेही गप्पिष्ट. बीअरचे घुटके घेत घेत, रात्र रात्र ते गप्पा मारीत बसायचे. दोघंही गाण्या-नाटकांचे फार शौकीन. तरुणपणी नाटकातसुद्धा ते काम करीत असत, असं म्हणतात. त्यांचं एकटेपणाचं आयुष्य पाहिलं, की परमेश्वराजवळ काही हिशेब नाही असं वाटतं.''

''अशी माणसे एकटी पाहिली, की मला फार वाईट वाटतं. जगातल्या साऱ्या अवस्थांत एकटेपणाची ती अवस्था भयानक आहे. जाणूनबुजून पतकरलेलं ते वैराग्य किंवा कोणासाठी तरी पतकरलेलं एकाकीपण यांच्या वेदनेतसुद्धा काही सुख आहे. उर्दू शायर म्हणतात त्याप्रमाणे वेदनेचीसुद्धा चैन करता येते; परंतु माणसांची आवड असणाऱ्या माणसावर जेव्हा एकटेपण लादलं जातं, तेव्हा त्याच्या दु:खाला मात्र तोड नाही.''

''असं म्हणू नकोस मनू! शिवदासानीकाका तसे चांगले रंगेल आहेत. शिवाय दारू आहेच, गाण्याबजावण्याचा शौक आहे. तसे ते दु:खीबि:खी नाहीत; पण एकाकी जरूर आहेत. ते चेष्टेत म्हणतात, या नाजूक-साजूक बाहुल्या जास्त वेळ जवळ करण्यात अर्थ नाही. फार मामुली गोष्टींत त्या पुरुषाला जखडबंद करून टाकतात.' कदाचित असं असेल मनू, त्यांच्यासारख्या बुद्धिवान माणसाला त्यांच्या पात्रतेची मैत्रीण कधी मिळालीच नसेल!''

''सुखी जीवनाला बुद्धीपेक्षा भावनाच अधिक लागते. स्त्रीचं मन ओळखल्याशिवाय

आणि तिला आपल्या बरोबरीची मानल्याशिवाय कोणाला स्त्रीपासून खरं सुख मिळणं शक्य नाही. क्षणिक उपभोगाचं साधन म्हणून स्त्रीला जवळ करणाऱ्याला क्षणाचंसुद्धा समाधान मिळत नाही. माझ्यापेक्षा शिवदासानीकाका मोठे आहेत. त्यांच्याबद्दल मी काहीबाही बोलणं बरं नाही. पण मला वाटतं, विश्वज्ञान होऊनसुद्धा त्यांना आत्मज्ञान मुळीच आलं नाही.''

संभाषणाचा धागा एकदा जो तुटला तो जरी मूळ विषयावर आला नाही, तरी मनोरमेच्या मनातून मुलांचा विषय हलला नाही. जेव्हा जेव्हा ती एकटी असे, तेव्हा गुटगुटीत चेहऱ्याचं, पण मुकुंदासारखंच दिसणारं एक मूल आपल्याभोवती नाचता-बागडताना तिला दिसे. त्याला जवळ घेण्यासाठी तिचे बाहू स्फुरण पावू लागत आणि त्याला मिठीत घेऊन वक्षाशी भिडविण्याच्या कल्पनेनं कधीच न जाणवलेली शिरशिरी तिच्या अंगात येई. वात्सल्याच्या त्या अनामिक चाहुलीनं आपल्या स्तनातून दूध बाहेर येईल, अशा भयानं ती आपली वक्षं घट्ट धरून ठेवी. आपल्या बदलत्या अंगोपांगांकडे न्याहाळण्याचा छंद तिला लागला होता. सर्वांग दर्शविणाऱ्या आरशापुढं उभं राहून आपला ओलेता देह ती चाचपून पाही, तेव्हा तिच्या ध्यानात येई, की आपल्यात बदल झालाय हे निश्चित. पूर्वीपेक्षा आपल्या अंगावर अधिक मार्दव आलंय. मुकुंदाचा स्पर्श अधिक झालेल्या जागा अधिक मांसल बनल्या आहेत. शिडशिडीतपणा जाऊन, स्थूल जरी नाही तरी आपला बांधा भरीव झाला आहे. लग्न झाल्यापासूनच आपल्या कांतीत जो एक चकाकीपणा आला आहे, तो आता अधिक वाढीस लागला आहे. मुकुंदाच्या स्पर्शानं फुललेल्या या देहाला निरखत राहणं किंवा कुरवाळीत राहणं यात पूर्वी भोगलेल्या सुखाच्या पुन:प्रत्ययाचा केवढा तरी आनंद तिला लाभत होता. आपल्या पाठीवर, मांडीवर किंवा पोटावर अनपेक्षितपणानं दिसणाऱ्या खुणा पाहिल्या, की नुकत्याच घडून गेलेल्या कामसंगराची तिला आठवण होई. त्याचा आक्रस्ताळेपणा, राकटपणा यांनी तिच्या सुखाला एक नवीनच लज्जत आणलेली होती. निगेअभावी पूर्वी लक्षात न येणारी तिच्या देहाची सौंदर्यं आता अगदी भराला आली होती.

एके दिवशी अस्वस्थ वाटू लागल्यामुळं ती अशीच बाथरूममध्ये नित्याचा चाळा करत बसली असताना तिला कसलीतरी हालचाल जाणवली. काहीतरी निराळा स्पर्श आत आत कुठंतरी घडतो आहे, या जाणिवेने ती अधिकच अस्वस्थ झाली. तिच्या तोंडाला कोरड पडली, आणि बघता बघता आपल्या साऱ्या शक्ती गळून जाताहेत असं वाटून तिच्या गात्रांतले त्राणच नाहीसे झाले.

मदतीसाठी कोणाला तरी हाक मारावी, तर तिच्या तोंडून हाक उमटेना. तिनं डोळे मिटले. तिनं जेव्हा डोळे उघडले तेव्हा विरळ होत जाणाऱ्या धुक्यातून हळूहळू एखादी गोष्ट दृष्टीस पडावी त्याप्रमाणं घाबरलेला मुकुंदाचा चेहरा तिला दिसला. ती क्षीण हसली. इकडेतिकडे पाहत म्हणाली,

''तुम्ही कसे इथं...''

तिचं काही बोलणं ऐकण्याच्या मन:स्थितीत मुकुंदा नव्हता. ''तुला बरं वाटतंय ना? काय झालंय तुला? डॉक्टरकडे जाऊ या का?'' असे एकामागून एक प्रश्न तो विचारीत होता. बाथरूमचे मोडलेले कोयंडे पाहताच तिच्या लक्षात आलं, की मुकुंदानं आपण 'ओ' देत नाही असं पाहून दरवाजा तोडला असला पाहिजे. मनातल्या मनात ती हसली. मुकुंदाचं आपल्यावरचं प्रेम किती उत्कट आहे, याचा प्रत्यय तिला पुष्कळदा आलेलाच होता. असे पुष्कळ अनुभव आपल्याला यापुढं येत राहतील, याबद्दलही तिच्या मनात शंका नव्हती. एका गाढ प्रेमाचा तिच्या अंत:करणात साक्षात्कार झाला आणि तिच्या डोळ्यांत पाणी आलं. आपल्या मजबूत हातांनी त्याने तिला उचलली आणि अंथरुणावर आणून निजवली. तिच्या अंगावर पातळशी चादर टाकली आणि तो म्हणाला,

''मी चटकन डॉ. शर्मांना फोन करून येतो. तोवर पडून राहा.''

''नको मुकुंदा, मला काही झालेलं नाही.''

''छे छे! तुला चांगली भोवळ येऊन तू पडली होतीस आणि म्हणे मला काही झालं नाही. असल्या कामात मुळीच हयगय उपयोगी नाही. हां मी आलोच.''

खरोखरीच तो जाऊ लागल्याचं पाहताच मनोरमा पांघरूण फेकून देऊन उठली. दरवाजापाशी गेलेला मुकुंदा परत बिछान्यापाशी आला आणि म्हणाला,

''मी तुला काय सांगितलं होतं? तू जर पडून राहिली नाही ना, तर मी तुला बांधून ठेवीन.''

''तेच तर सांगते, मला बांधून ठेवा, पण आधी इकडे तर या.''

''मी तुझं काही ऐकणार नाही.''

''पाहा बरं, पस्तवाल.''

तिच्याकडून काहीतरी ऐकायला मिळेल म्हणून क्षणभर मुकुंदा उभाच राहिला. मनोरमेनं त्याला हात पुढे करून मिठीत बोलावलं. अशा अनेक हाकांना त्यानं पूर्वी 'ओ' दिलेली होती. या दोन प्रेमळ बाहूंत त्यानं विश्वाला मिठी मारली होती. आयुष्याचा अर्थ समजण्यासाठी या मृदू बंधनात तो अनेकदा अडकला होता. आयुष्याचं सार्थक व्हावं, पराक्रमाला जागा असावी, अशीच या मिठीची जागा

होती. या मिठीत काय नव्हतं? साऱ्या विश्वाचा पसारा यात होता. नजरबंदीचा खेळ झाल्याप्रमाणे तो तिच्या मिठीत केव्हा आला, हे त्याला कळलंच नाही. त्याला मिठीत घेत, त्याच्या कानाची पाळी ओठांनी चावीत ती म्हणाली,

"किती खुळे आहात हो तुम्ही?"

"मी खुळा आहे?"

"नाहीतर काय! एवढा जगाला शहाणपणा शिकवता आणि बारीकसारीक गोष्टींत तुम्हांला काही कळत नाही."

"असं कोड्यात नको बोलूस."

"कोड्यातच बोलायला पाहिजे. कोडं सुटायला अवकाश आहे अजून. खरंच किती खुळे आहात हो तुम्ही!"

"ए, उगीच मला खुळाबिळा काही म्हणू नकोस."

"म्हणणार, पुन्हा म्हणणारऽऽऽ"

एक क्षण, दोन क्षण अंगचटीला जाण्यात गेल्यावर अगतिक होऊन मुकुंदा म्हणाला,

"ए, सांग ना गं..."

काहीतरी सांगितल्याचा आविर्भाव करीत मनोरमेनं मुकुंदाच्या कानापाशी तोंड नेलं आणि बालिशपणानं त्याच्या कानांत किर्रर्रर्र असा आवाज केला. त्यामुळे बावचळलेल्या मुकुंदाला थोडं दूर व्हावं लागलं.

"तुम्ही बरेच दिवस वाट पाहत आहात ना?"

"कसली?"

"आठवा बरं!"

"काही आठवत नाही बुवा!"

"तुम्हांला आईंना आणायची आहे ना इथं!"

"हं."

"मग त्यांना पत्र टाका."

"अगं, पण ती येणार नाही."

"तुम्ही पत्र लिहा तर खरं."

"तुला वाटतंय तितकं सोपं नाही ते. केवळ नातवाच्या लोभानं येईल एखाद् वेळेस आई."

"म्हणून तर म्हणते, आईंना पत्र टाका."

क्षण-दोन क्षण तिच्या शब्दांचा आणि डोळ्यांतील मिस्कीलपणाचा अर्थ

लावण्यात गेले; आणि ज्या क्षणी त्याच्या डोक्यात प्रकाश पडला, त्या क्षणी त्यानं स्वत:भोवती एक गिरकी मारली आणि मनोरमेला तो उचलण्याचा प्रयत्न करू लागला, त्याबरोबर ती त्याला म्हणाली,

"आता नेहमीइतकी दंगा-मस्ती करायची नाही."

"म्हणजे, थोडीशी करायला हरकत नाही ना?"

तिच्या डोळ्यांतला स्वीकार त्याच्या हातांनी झेलला. पाकळी पाकळी फुलवावी तशी तिच्या देहपुष्पाची पाकळी त्यानं स्पर्शानं फुलवली. तिच्या देहाकडं पाहताना आज केवळ नर-मादीचं नातं नव्हतं. वासनेचे अंगार निववण्याची ती जागा नव्हती. आता ती केवळ सखी नव्हती. आपल्या बरोबरीची मैत्रीण नव्हती. आपल्यापेक्षा खूप उंच, आपल्यापेक्षा खूप मोठी, खूप सामर्थ्याची अशी एक अद्भुत शक्ती त्याच्यासमोर विसावली होती. त्याच्या मनातल्या सर्व भावना-कल्लोळांना तिच्या ठायी गुंतवण्याशिवाय गत्यंतर नव्हतं, हे त्याच्या ध्यानी आलं. तिच्या उलगडलेल्या पाकळ्या तिनं हळूहळू मिटल्या. मुकुंदाला बंदिस्त करून.

*

आपल्या घरात नवीन पाहुणा येणार, या कल्पनेनं मुकुंदा एकदम बदलून गेला. आधी मनोरमेनं त्याला प्रेमात जखडून टाकलेलंच होतं. त्या प्रेमाच्या धाग्याला आता गाठ बसली. पुरुष-प्रकृतीच्या कर्तव्याची पूर्ती झाली होती. मुकुंदाचा तिच्याशी वागण्याचा दृष्टिकोनच बदलला होता. किती तऱ्हेने आणि किती प्रकारांनी मनोरमेचं कौतुक करावं, हेच त्याला समजत नव्हतं. आता संध्याकाळचा तो लवकर घरी येई. तिच्याबरोबर बागेत गप्पा मारीत बसे. तिला घेऊन शांत अशा पदपथावरून हलके हलकेच चालत जाई. दोघांनी मिळून चालत जाण्यात, अंगाचा स्पर्श परस्परांना होऊ देण्यात, परस्परांचे शब्द कानांनी झेलण्यात किती सुख आहे, याचा तो शिगोशीग आनंद घेत होता. अगोदरच मनोरमेचा आहार मोजका होता. तो आता अधिकच कमी होऊन अन्नावरची तिची वासनाच उडाली. त्यामुळे तिनं अधिक जेवावं, चवीनं जेवावं म्हणून तो तिला नामांकित उपहारगृहात घेऊन जाई. मुकुंदाच्या सहवासात मनोरमा अंतर्बाह्य फुलून येत होती. आपल्या आयुष्यात घडलेली ही आनंदाची वार्ता आईला कशी कळवायची, या विचारात त्याचे दहा-वीस दिवस गेले. परंतु मनोरमेला गर्भारपणाचा जसजसा त्रास होऊ लागला, तसतसा मुकुंदाचा धीर सुटला. त्याचा आणि आईचा औपचारिक पत्रव्यवहार चालू होता. त्यातूनच अत्यंत सूचकपणानं मुकुंदानं एकदा आईला हे वृत्त कळवून टाकलं.

आपण आईला हे कळवून टाकलंय, हे तो मनोरमेला सांगायचं विसरून गेला. कदाचित असंही असेल, की आई तरीही नाही आली तर आपल्याला व अखेर तिलाही दुःख वाटू नये, हा विचार त्याच्या मनात आला असावा. एक दिवस ऑफिसातून तो संध्याकाळी लवकर घरी परतला आणि घराचं दार उघडं पाहून आश्चर्यचकित झाला. चारदोन सूटकेसीस, दोनचार करंड्या, होल्डॉल आदी अनपेक्षित परंतु त्याच्या परिचयाचे सामान त्याच्या दृष्टीस पडताच तो हर्षभरित झाला. मुंबईहून कोणीतरी आलं असलं पाहिजे, हे त्यानं ओळखलं. नोकर-चाकर कोणीच नसल्याकारणानं तो क्षणभर भांबावला, आणि झटकन आतल्या खोलीत आला. तिथंही कोणी नव्हतं. तसाच झपाट्याने जिना चढून तो वरती आला. आई, काका, काकू पाठमोऱ्या त्याच्या दृष्टीस पडल्या आणि अंथरुणावर मनोरमा दिसली. मनोरमा क्षीण नजरेनं नुकत्याच खोलीत प्रवेश करणाऱ्या मुकुंदाकडे पाहत होती आणि त्याची ओळख पटताच तिच्या चेहऱ्यातल्या भावना बदललेल्या पाहून सर्वांनीच मागे वळून मुकुंदाला पाहिले. "काय झालं!" हे त्यानं विचारण्याच्या आतच आई मुकुंदाजवळ आल्या आणि म्हणाल्या, "घाबरण्याचं काही कारण नाही; तिला भोवळ आली होती. आम्ही अनपेक्षित आलो, त्यामुळं धक्का बसला असणार तिला थोडा. डॉक्टरला बोलवायला रामशरण गेलाय."

मनोरमेला आपण जवळ यायला हवे आहोत हे माहीत असूनसुद्धा, मुकुंदानं साऱ्या वडीलधाऱ्यांना वाकून नमस्कार केला. मनोरमा उठू लागलेली पाहताच आई चटकन तिच्याजवळ गेल्या आणि तिला परत झोपवीत तिच्या शेजारी बसल्या व आपल्या भावजयीकडं वळून त्या म्हणाल्या,

"वासंती, जरा चहाचं वगैरे बघा आता. सूनबाईच्या हातच्या चहाचा योग काही नाही आज."

"असं नाही हं सासूबाई, मला काही झालेलं नाही. आत्ता पाच मिनिटांत सगळं करते पाहा!"

"पुरे पुरे, इतकी काही गरज नाही! आता आम्ही इथं आहोत तोपर्यंत हे घर आमच्या ताब्यात आहे. मुकुंदाशी बोलायलासुद्धा आमची परवानगी घ्यायला पाहिजे हं ऽऽऽ"

असं म्हणत हसत हसत त्या उठल्या आणि म्हणाल्या, "चला भावजी, आपण सगळं आटोपून घेऊ आणि मग या पोरांना बोलावू या खाली."

सर्वजण खोलीतून बाहेर गेले असे पाहून मुकुंदाने हलकेच दार लोटून घेतले आणि मनोरमेजवळ येऊन तो म्हणाला, "आता सारं मनासारखं होईल हं तुझ्या."

''आता फक्त एकच राहिलंय. तुमच्या स्वाधीन तुम्हांला शोभेल असा मुलगा करायचा. मग माझ्या आयुष्याचं इतिकर्तव्य संपलं!''

''असलं उदास तत्त्वज्ञान आयुष्यातून काढायला कोणतं किल्मिष आहे अजून तुझ्या मनात?''

''ते काही मला सांगता येत नाही. पण या माझ्या सुखाला दृष्ट लागेल, असं मला राहून राहून वाटतं.''

''मनू, असलं काहीतरी बोलू नकोस. असलं काहीतरी बोलायला लागलीस, की माझ्या मनात येतं की तू माझ्या या संसारात दु:खी आहेस.''

त्याच्या तोंडावर हात ठेवत मनोरमा म्हणाली,

''असं नाही हो! अशी शंकासुद्धा घेऊ नका. मला तुम्ही फार सुखात ठेवली आहे. दैवानं माझ्या आयुष्याची जी क्रूर चेष्टा केली होती आणि माझ्यावर जो अन्याय केला होता, या साऱ्यांची भरपाई तुम्ही केलीत. पण मला वाटतं, आई म्हणाल्या तसे काही घडलं तर...''

पुढे तिला काही बोलू न देता त्यानं तिचे ओठच बंद केले. आपल्या साऱ्या सद्‌भावना आणि प्रीती तिला कळविण्याचा हा सोपा मार्ग त्याला माहीत नव्हता.

*

काका आणि काकू परत गेले, आणि आई मागे राहिल्या. आता त्या इथेच राहणार होत्या. काका-काकू गेल्यानंतर आणि मुकुंदाही ऑफिसात गेल्यानंतर घरात त्या दोघीच उरल्या. तेव्हा आईंनी मनोरमेला जवळ बोलावलं. तिला शेजारी बसवून घेऊन त्यांनी एकदा तिच्याकडे डोळा भरून पाहिलं. त्या पाहण्यात थोडा अभिमान, थोडं कुतूहल आणि थोडी शंकातुरता होती. मनोरमेनं आईच्या डोळ्यांतील त्या सर्व भावना टिपण्याचा यत्न केला. मनोरमेच्या पाठीवर हात ठेवीत त्या क्षणभर उगीच राहिल्या. आपलं नातं जोडण्यासाठी त्यांनी त्या वत्सल स्पर्शाचा आधार घेतला असावा. त्या म्हणाल्या,

''सूनबाई, तू माझ्यावर रागावली असशील.''

''नाही हो! खरंच नाही आई.''

''हे आपलं तू उगाच बोलतेस. लग्नासारख्या प्रसंगात आईनं माया घट्ट करावी आणि मुलाचा हट्ट पुरवू नये, हे थोडं विपरीत नाही का? हौस-मौज व्हायचा तो एकटा एक प्रसंग आणि तुमचं तर एखाद्या वनवाशासारखं लग्न झालं. तुझ्या मनात निदान थोडातरी राग असणं स्वाभाविक आहे.''

''नाही हो आई, खरंच नाही. तुमच्यावर मी रागवीन कशी? मला थोडं

आश्चर्य वाटलं आणि तेही अशासाठी, की तुम्ही एवढी पुढारलेली माणसं, तुमचा मुलगा इतका शहाणासुरता आणि ह्या जमान्यात ज्याचं सुख त्याला ठरवू न देता आपले हट्ट त्याच्यावर लादणं हे सारेच मला विचित्र वाटले.''

''तसं त्यात विचित्र काय आहे? तरुण माणूस सावध नसतो. त्याला फक्त आजचं दिसतं, उद्याचं दिसत नाही. लग्न ही गोष्ट काही अशी नाही, की ज्यात केवळ दोनच माणसांचा संबंध येतो. आपल्या मुलाच्या भल्यासाठी आपली माया इरेला घालून काही निर्णय घ्यावे लागतात. ही गोष्ट खरी, की पुष्कळ वेळा बंडखोर तरुण माणूस हे सर्व मायाजाल तोडून चुकीचेच निर्णय घेतो.''

''चुकीचे निर्णय असं तुम्ही का म्हणताय? आपल्याला हवं ते मिळवण्यात जो आनंद आहे, तो चांगलं ते मिळण्यात असतोच नाही.''

''सावध करणं इतकंच काय ते प्रौढांचं काम. उद्या मुकुंदा जर लग्नासाठी हट्ट धरून बसला असता किंवा थोडा दम खाता, तर आपल्या विरोधाचा उपयोग होत नाही असं पाहून आम्ही तुमचं लग्न निश्चित लावून दिलं असतं. सुखासाठी थांबणे हा एक मोठा सद्‌गुण आहे. त्याला दम निघाला नाही. घाईघाईने त्याने तुझ्याशी लग्न केलं. आम्हाला फेरविचार करायला संधी मिळाली नाही. तुम्ही जेव्हा आम्हांला नमस्कार करायला आलात, तेव्हा आमचा राग तुमच्या लग्नाबद्दल नव्हता; तर त्यानं ज्या घाईघाईने आणि पोरकटपणाने लग्न करून घेतलं, त्याबद्दल होता. आमच्या घराण्यातले हे एकुलतं एक कार्य कसं वाजतगाजत व्हायला हवं होतं. लग्न होणार असं एकदा निश्चित ठरले असते, म्हणजे आमचा विरोध असता तरीही लग्न असं थाटानं केलं असतं, की लोकांच्या ते लक्षातच राहिलं असतं. अशा तऱ्हेनं चोरटेपणाने लग्न झाल्याकारणानं, या लग्नात काहीतरी भानगड आहे, असा उगाचच ब्रभा झाला.''

हा विचार मनोरमेच्या कधी लक्षातच आला नव्हता. घराण्याची प्रतिष्ठा, लौकिक आणि लोकमत या गोष्टींचा तिच्याशी कधी संबंध आला नव्हता. आपण घाईघाईने होणाऱ्या विवाहाला संमती कशी दिली, हेच तिला आठवेना. एखाद्या भारून गेलेल्या अवस्थेत आपण एक-दोन दिवस होतो. एवढ्या घाईनं मोरगावसारख्या कुग्रामात आई म्हणतात त्याप्रमाणे लग्न करण्याची घाई घडली होती खरी; पण आपल्या विरहामुळं दुखावलेल्या आणि प्रेमामुळं भारावलेल्या मुकुंदाला जसा विवेक सुचला नाही किंवा तृषार्ताला पाणी दिसल्याबरोबर विवेक सुचू नये, तसा तो आपल्यालाही सुचला नाही. लग्न हा दोन व्यक्तींना एकत्र आणण्याचा परवाना किंवा परस्परांना सहजगत्या तोडता येऊ नये असे बंधन एवढ्याच रूक्ष किंवा

आततायी भूमिकेवरून या विवाहाकडे आपण पाहिलं. विवाहाला केवढा व्यापक अर्थ असतो, हे लग्नानंतर हळूहळू आपल्याला कळायला लागलं. रक्ताचे संस्कार वाहून नेणारा लग्न हा एक लांबच लांब बोगदा आहे. घराणं, आनुवंशिक गुणदोष, परंपरा, रंगरूप, धर्म-जाती या साऱ्यांना राखणारा हा एक राजरस्ता आहे. आपण मात्र दोन माणसांच्या सुखासाठी ती आडवाट मानली.

"तुम्ही म्हणता त्याला अर्थ आहे आई; पण आमच्या लक्षात ती गोष्ट आली नाही हे खरं."

"तेवढ्यानंही भागलं नाही मुली! तुम्ही लग्न केलंत तर सरळ घरी जायला काय हरकत होती? मुंबईतलं आमचे घर काय किंवा पुलगावची माझी झोपडी काय, अखेर ही घरं आहेत कोणाची? तुम्हांला ती घरं कधी नाकारली गेली होती? तुम्ही तिथं आला असतात तर तुमचं तिथं स्वागत होणार नाही, असं तुम्ही का गृहीत धरलंत? मला वाटतं, ही चुकीच्या मार्गाची बंडखोरी होती; अडेलतट्टूपणा होता."

मनोरमा गप्प बसली होती. तिला काही उत्तर द्यायची इच्छा होती; परंतु अशा वेळेला शब्दाला शब्द करण्यापेक्षा माघार घेणं हे सूज्ञपणाचं, हे तिने ओळखलं होतं. वडीलधाऱ्या माणसांचे मन कसं राखावं याचा जरी तिला अनुभव नसला, तरी जगात सर्व गोष्टी तर्कानं चालत नाहीत, भावनेचा ओलावा कुठंकुठं लागतो आणि त्या योगानंच माणसे आपलीशी करता येतात, हे कळण्याइतकी ती चतुर होती. तिच्या गप्प बसण्याचा आईवर परिणाम झाला. आपण एकटक बोलत आहोत आणि ही तरुण, तडफदार, सुशिक्षित, स्वावलंबी मुलगी कसलाही विरोध न करता सारं चूप बसून ऐकून घेते आहे, ह्या एकाच गोष्टीने मनोरमेबद्दलची सारी किल्मिषं त्यांच्या मनातून विरघळून गेली. उलटपक्षी, मनोरमेच्या अवघडलेल्या अवस्थेत तिला ममता हवी आहे, हे त्यांच्या ध्यानात आलं. तिला लागेल असं काही वावगे आपण बोललो किंवा काय, अशी शंका त्यांच्या मनात उगीच येऊन गेली. त्यांनी तिच्याकडं निरखून पाहिलं. सौंदर्यानं मुसमुसलेली, गर्भारपणाचं तेज देहावर वागवणारी, अशी आपली ही शालीन सून त्या डोळ्यांत साठवून ठेवीत होत्या. या मुलीला आई नाही आणि वडीलधाऱ्या माणसांचं प्रेम नाही, याची याद येताच त्यांना आपल्या चुकीची अधिकच जाणीव झाली. आपल्या हातांनी त्यांनी तिला जवळ घेतली. त्यांच्या स्पर्शात त्यांच्या मनातले विचार मनोरमेला जाणवले असावेत. तीही त्यांच्या कुशीत शिरली. काहीच न बोलता दोघीही पुष्कळ बोलल्या. आपल्याला आई नसली तरी आईची जागा घेण्याइतकी दुसरी आईच

आपल्याला मिळालेली आहे, हे तिच्या ध्यानात आलं. आईच्या कुशीत असतानाच आपण आसवे का ढाळीत होतो, हे जसं तिला कळलं नाही तसंच आपण या एकाकी मुलीची आसवं मायेच्या कोणत्या स्पर्शानं पुसली, हे आईंनाही कळलं नाही.

आईच्या कुशीत मनोरमा केव्हाच झोपी गेली. अस्ताव्यस्त झालेल्या तिच्या पदरामुळं तिच्या पोटाचा भाग उघडा पडला होता. आपला वंशविस्तार वाढविणारा कुलदीप इथं विसावतो आहे, या भावनेनं त्यांचं हृदय एकदम ओलावून गेलं. त्याचं चुंबन घेण्यासाठी त्या वाकल्या आणि त्यांनी आपले ओठ तिच्या पोटावर ठेवले. त्या त्यांच्या स्पर्शामुळं मनोरमेला जाग झाली आणि आईंना तशा स्थितीत पाहून तिला नको त्या विचारांची आठवण झाली.

"आई म्हणतात त्याप्रमाणं आपल्या मुलाला आपल्या रक्ताचा शाप तर नाही ना बाधणार?"

*

मनोरमेचे त्यापुढचे दिवस एका मखमली वस्त्राचा तागा उलगडत जावा, तसे उलगडत गेले. सुखं एकदा येऊ लागली, की ती दोन्ही अंगांनी कोसळवू देण्यात नियतीला मौज वाटत असते. त्या सुखांनी चिंब झालेली माणसं बदलत जातात; आणि आयुष्याचा अर्थ लावण्यासाठी निराळे निकष वापरतात. शेवटी आयुष्याचे एक गणित असतं. जमाखर्चाची वजावट होऊन बाकी पूज्यच राहणार असते. आधी उधार मिळालेल्या सुखाची फेड कधीकाळी दु:खानं करावी लागते किंवा आधी भोगलेल्या दु:खाला उतारा मिळवून सुखदु:खाचा हिशेब केला जातो. दु:खाच्या स्पर्शानं व्याकुळलेल्या हृदयाला सुखाची फुंकर अधिक संतोषदायक वाटते. मनोरमा सर्व दु:खांची परतफेड करून घेत होती. आईचे वात्सल्य, तिच्या श्वासोच्छ्वासात सुखावणारा मुकुंदा आणि उदरात वाढणारा लडिवाळ बाळ - जिवाचे अस्तित्व या साऱ्यांमुळे तिच्या आयुष्याचा सुखाचा घडा तुडुंब भरला होता.

बाकीच्या सुखांची दूरान्वयाने का होईना, मनोरमेला कल्पना करता येत होती. परंतु तिच्या पोटातून एक हुंकार येत होता. त्याचा आनंद मात्र अगदी नवीन होता, अद्‌भुत होता. हलणारी, वाढणारी एखादी वस्तू अगदी जवळ असावी आणि तशी ती जवळ नसावीही, हे एक तिला विचित्रच कोडं वाटत होतं. एका नवीन जिवाचं अस्तित्व ती सदोदित वागवीत होती. कित्येकदा तिला वाटे, आपण कुण्णा-कुण्णाशी बोलू नये; बोलावं ते फक्त नवागत पाहुण्याशी. जगातल्या अन्य सर्व गोष्टींवर कितीही म्हटलं, तरी आपले स्वामित्व मर्यादित

प्रमाणातच असते; पण आपल्या रक्तामांसातून, श्वासोच्छ्वासांतून, चेतनेतून कणाकणाने घडत असलेले हे शिल्प सर्वथा आपल्याच मालकीचं असणार! आजवर कधीही न जाणवलेली स्वामित्वाची एक प्रखर भावना तिच्या अंत:करणात चमकून गेली, आणि त्या भावनेतच आपलं अहंपण विरून जातंय, हे तिच्या ध्यानात आले. सृष्टीच्या गतिमान चक्रात आपण एक वाहक आहोत, हे सातत्य टिकवण्याच्या या कार्यात आपण एक महत्त्वाचा दुवा आहोत, हे जेव्हा तिच्या ध्यानात जसजसं आलं, तसतसं नियंत्या शक्तीविषयी तिच्या मनात अपार कुतूहल जागे झाले. दोन माणसांच्या उत्कट प्रेमातून आणि आलिंगनसौख्यातून सृष्टीचं हे चक्र फिरत राहण्याची केलेली ही योजना पाहून तिच्या मनात परमेश्वरी योजकतेचं कौतुक उगवलं. सुखातच जबाबदारीची गुंतागुंत असते, उपभोगातच त्याग सामावलेला असतो आणि निर्मिती होत असतानाच काहीतरी खर्ची पडावं लागतं. एकटे पडल्या पडल्या स्वत:बद्दल, मुकुंदाबद्दल, येऊ घातलेल्या पाहुण्याबद्दल कितीतरी विचार तिच्या मनात उसळून जात. आपला मुलगा आपल्यासारखा किंवा मुकुंदासारखा सुंदर, निरोगी होईल, याविषयी तिला शंका नव्हती. आपलं रक्त, आपल्या चेतना खर्ची पडल्यानंतर आपल्या मुलाने चांगले भाग्यशालीच व्हायला पाहिजे, हे तिला जाणवू लागलं. मागं कधीकधी ज्या नाना शंका-कुशंका तिला सतावीत, त्या तिला आता सताविनाशा झाल्या. अंगावर रोमांच उठविणारे एक अनामिक अस्तित्व तिला जाणवू लागल्यापासून तिचं मन स्थिर झालं, आणि तिच्या मनातील हा फेरबदल मुकुंदालाही जाणवल्याशिवाय राहिला नाही.

जसजसे दिवस जाऊ लागले, तसतसे ते अस्तित्व अधिक अधिक प्रकट झालं. त्या अस्तित्वाने तिची अंगोपांगं बहरू लागली. स्थूलता टाळू पाहणाऱ्या मनोरमेला हे स्थूलत्वसुद्धा सुखदायी वाटू लागलं. केवळ स्पर्शानंसुद्धा सर्वांग थरारवू शकणारे तिचे उरोज आता कोणत्याही स्पर्शाशिवाय थरारू लागले. मुकुंदा जवळ असला किंवा नसला, तरी त्याचा स्पर्श मात्र अंगाला जाणवू लागला. मुकुंदा हाकेच्या अंतरात तरी असावा, असे आता तिला वाटू लागले. मुकुंदाबद्दल केवळ प्रियकर या नात्यापेक्षा काहीतरी निराळी भावना आता साकारू लागली.

मनोरमा फार सोशीक होती. सुख आणि दु:ख दोन्हीही तिने यापूर्वी पापण्यांआड अडवून ठेवले होते. तिच्याजवळ मुकुंदा असला, अवेळी रात्री, झाकाळलेलं आभाळ असलं, की अस्वस्थ मनाला आधार देण्यासाठी ती त्याचा स्पर्श शोधी. आजवर कधीही न सांगितलेल्या बालपणीच्या हकीकती त्याला सांगी, बालपणीची ती अल्लड मुलगी, आश्रमातले विटके-तुटके परकर नेसून

मायेच्या शोधासाठी अवचितपणे एखाद्या मध्यरात्री त्याच्या समोर येऊन उभी राही आणि मुकुंदाच्या काळजात कुठेतरी अस्वस्थता उत्पन्न करी. सुखालासुद्धा दु:खाची झालर लागतेच एकूण. आजचे सुख आणि समृद्धी भोगताना मनोरमा कुठेतरी कृतज्ञतेने, कुठेतरी तृप्ततेने या मागे गेलेल्या दु:खाभोवती आडोसा करताना त्याला जाणवे. अशा एका निराधार पाखराला आपण उबारा दिला- निवारा दिला, याबद्दल त्याच्या मनात अभिमान प्रकट होई. तर कित्येकदा हे गुलजार, देखणे पाखरू, कोठून साता समुद्रांपलीकडून जणू आपल्यासाठी आकाश धुंडाळीत इथे आले आणि आपल्या स्कंधावर बसले, याबद्दल त्याला कृतकृत्यता वाटे.

*

आणि एक दिवस कानिटकर कुटुंबाचा धागा आणखी एकवार उलगडला. निरोगी मनोरमेला तसा कोणताही त्रास झाला नाही. आई नातवाच्या दर्शनानं सुपासारख्या मोठ्या मनाच्या झाल्या. मुकुंदाला तर या आनंदाप्रीत्यर्थ काय करू आणि काय करू नको, असं झालं. आपला पेशा, आपले वय सारं विसरून जाऊन तो सारा दिवस अल्लडपणानं नाचत होता. मनोरमेच्या सांगण्यावरून त्यानं फादर जोहानला आणि लैलाला पत्रे टाकली. काकांना आणि शिवदासानींना तारा केल्या. जणूकाही आपण एखादा पराक्रम केला, असं त्याला वाटत होतं. आपलं हे वाटणं सर्वथा खुळेपणाचं आहे, हे त्याला जाणवत होतं; परंतु तो त्या उत्साहाला आवर घालू शकत नव्हता. आपलं नाव लावणारा, आपल्या रक्तातून उद्भवलेला हा रक्तामांसाचा गोळा पाहण्यासारखा तरी होता का? नुसता मांसाचा गोळा! त्याच्या मिटल्या डोळ्यांकडे ज्या वेळेस मनोरमेनं निरखून पाहिलं असेल, तेव्हा तिच्या मनात कोणकोणते विचार आले असतील, हे तो कल्पनेनं ताडू शकत होता. नर्सने सांगितलं, ''मुलाला जेव्हा प्रथम त्याच्या आईजवळ आणलं तेव्हा बाईंनी मुलाला उलटसुलट करून चाचपून का पाहिलं, ते काही कळलं नाही. आमच्या इच्छेविरुद्ध त्या मुलाला पुष्कळ वेळ घेऊन बसल्या होत्या. मात्र आम्ही परत गेलो तेव्हा बाईंच्या डोळ्यांत अश्रू होते आणि मूल त्यांच्या पदराशी होते. पहिल्या दिवशी बाळंतिणीला इतके दूध येत नाही; परंतु मनोरमाबाईंचं सगळं निराळंच.''

नर्सच्या या उद्गारांचा अर्थ मुकुंदाला चटकन कळला. वात्सल्य बाजूला ठेवून मनोरमेने आपले बाळ कशासाठी निरखले असेल, हे कळणं अगदी सोपं होतं. मुलाच्या निरोगी दर्शनानं तिच्या मनातल्या साऱ्या शंका धुवून गेल्या

असतील आणि आता तिच्या ठायी केवळ निखळ मातृत्व खळखळत असेल. आपण या सृष्टीच्या पसाऱ्यात कुठेतरी का असतो आणि कशासाठी असतो, त्याचाच ती शोध घेत असेल.

*

मनोरमा हॉस्पिटलमधून घरी आली. घर पाहुण्यांनी भरले होते. दिल्लीसारख्या दूरवरच्या गावातसुद्धा कानिटकर कुटुंबातील एवढे पाहुणे येतील, असं मनोरमेला वाटले नव्हते. त्यातच मुकुंदाच्या व्यावसायिक ओळखींतून आणि मनोरमेच्या सांस्कृतिक चळवळीतून जमा झालेला मित्रपरिवार यांची भर पडली. एवढी माणसं घरात असतानासुद्धा, केवळ आपण पडून राहावं हे मनोरमेला पसंत नव्हतं; परंतु तिला अंथरुणावरून उठू द्यायला कोणीच तयार नव्हतं. पडल्या पडल्या जुन्या जुन्या आठवणींचा हिशेब करीत आणि अधूनमधून आपल्या सोनुल्याला कुरवाळीत दिवस कसा जातो, हे तिला कळत नसे. मुकुंदासुद्धा तिच्या अवतीभवती करताना पाहून सारेजण तिची चेष्टा करीत. बारशाचा थाट पाहून मनोरमेच्या मनात आलं, की आपलं लग्नसुद्धा असंच धूमधडाक्याने झाले असते! झालं ते झालं, पण आपलं भाग्य उजळलं हे काय थोडं झालं? बारशासाठी जमलेल्या मंडळींचं तृप्त होईतोपर्यंत आदरातिथ्य झाल्यानंतर त्यांनी हळूहळू काढता पाय घेतला. घराची घडी पूर्ववत बसत चालली. नातवाचे आणि सुनेचे कौतुक करण्यासाठी आई लवलव वाकत होत्या. मधून मधून मुकुंदाला दौऱ्यावर जावं लागे. पण आता मुकुंदाला काळजी वाटत नसे. एकतर कर्तृत्वाने संपन्न अशी आपली आई घरची काळजी घ्यायला समर्थ होती आणि मनोरमेची काळजी घ्यायला बाल मुकुंद घरात होता. एकदा असाच तो बाहेर गावाला जाण्यासाठी निघाला असताना, मनोरमेला म्हणाला,

"काय ग मनू, मुलाच्या नादात तुझं माझ्याकडचं लक्ष फारच कमी झालंय बरं का!"

"ते कसं?"

"माझी तू काहीच व्यवस्था करीत नाहीस हल्ली. माझे कपडेलत्ते, माझ्या वस्तू जागच्या जागी आहेत का नाहीत, हे तू काहीच बघत नाहीस. ते एक जाऊ दे, दोन-अडीच महिने झाले बाळंत होऊन, अजून तू इथं खालच्या खोलीत का झोपतेस?"

मनोरमा हसली. तिला हसणं आवरेचना. ती हसण्याचं थांबेना, तेव्हा मात्र मुकुंदा रागावला. तो रागावल्यामुळं तिला आणखीनच हसू फुटलं. बायकांना

किती ताणावं आणि किती सोडावं याचं उपजतच ज्ञान असतं की काय, कोण जाणे! पण मस्करीची कुस्करी होईल असं लक्षण दिसताच ती चटकन उठून त्याच्या जवळ आली. सासूची चाहूल घेत त्याच्या निकट उभी राहिली आणि त्याच्या 'टाय'शी खेळत म्हणाली,

"अगदी खरा राग आलाय का?"

मुकुंदा काहीच बोलला नाही. पण त्याचा फुरंगटलेला चेहरा पाहून ती म्हणाली,

"एवढं काही नको रागवायला. तीन महिने पुरे झाले की आई देवाला नेतील मला आणि अनिरुद्धला आणि मग मला परवानगी मिळेल वर यायला."

"पण यात परवानगीचा संबंध आहेच कुठे? तू माझी चांगली लग्नाची बायको आहेस!"

"थांबा, थांबा! समजलं तुमचं शहाणपण. थोरल्या माणसांचं एवढं ऐकायला नको वाटतं."

"अरे हो! मी विसरलोच होतो, की तू एक लाडकी सून आहेस म्हणून!"

वेडावून दाखवीत मनोरमा म्हणाली, "आणखी कोण आहे?"

"छोट्या अनिरुद्धाची आई."

"बस्स, आणखी कोणी नाही?"

"हो, निदान मला तरी जाणवत नाही."

"पाहा बरं, मी तुमची कोणी नाही ना?"

"हो, तसं पाहिलं तर..."

"खबरदार हं असं काही तरी बोललात तर! नाहीतर मी आपली आईंनाच हाक मारते."

"माझे आई, घटका-दोन घटका एकट्या मिळाल्या आहेत... आईतरी बाकी विचित्रच आहे, आपल्या सुनेवर डोळ्यांत तेल घालून पहारा करते."

"नको करायला?"

"का? कोण पळवून नेणार आहे तिला!"

"आहे तिचा खुळा मुलगा दम न काढणारा."

"छे! मुळीच नाही. आपल्याला मुळीच घाई नाही."

"तुम्हांलाच कंटाळा आलेला दिसतोय माझा. अलीकडं तुमचे प्रवासही वाढलेत खूप. कुणास ठाऊक, पुरुषांची जात विचित्र असते. सुखाचासुद्धा ठसका लागतो म्हणतात त्यांना."

एकदम गंभीर होत मुकुंदा म्हणाला,

"खरंच मनू, माझी तुला कधी शंका येते का गं?"

मनोरमा तोपर्यंत मुकुंदाच्या मिठीत सरकली होती. तिनं त्याच्या ओठांवर ओठ ठेवले आणि ती म्हणाली,

"साधी गंमतसुद्धा कळत नाही ना तुम्हांला?" ओठांवर ओठ मिटल्या कारणानं पुढचं तिला बोलताच आलं नाही. पण ते बोलण्याची गरजच कुठं उरली होती? तिच्या गुबगुबीत अंगोपांगांचा मत्त सुगंध, तिच्या विस्फारलेल्या उरोजांचं दर्शन आणि दीर्घकाल साचलेला विरह यांमुळं का कोणास ठाऊक, तिच्या प्राप्तीची एक सुखद तृष्णा त्याच्या गात्रागात्रांत जागी झाली. त्याच्या डोळ्यांतलं ते रुद्र चलनवलन आणि उष्ण श्वासोच्छ्वास यांमुळं मनोरमा एकदम सावध झाली आणि तिनं आपला तारुण्याचा सारा फुलोरा संकोचला; आणि ती म्हणाली,

"थोडी कळ काढा; हैदराबादहून तुम्ही परत येईपर्यंत आम्ही देवाला जाऊन येऊ आणि मग... थोडक्यासाठी आईंना नाराज करू नका."

एका विलक्षण नापसंतीनं आणि पसंतीनं मुकुंदा पेटून उठला होता. त्यानं एका झेपेत तिचा बाहुटा पकडला आणि दुसऱ्या हातानं तिच्या उरोजाला चिमटा घेण्याचा प्रयत्न केला. मनोरमेच्या दु:खाच्या चीत्कारामागोमागच त्याचा हातही ओलसर झाला. हातात आलेल्या त्या वात्सल्याच्या गंगेत त्याच्या अंतरंगातली सारी वासना जळून गेली; आणि आईजवळ मूल ज्या मायेनं जातं त्या मायेनं तिच्या वक्षांत त्यानं आपलं डोकं लपवलं.

सुखाचा हा अनोखा स्पर्श दोघांनाही नवा होता. दुनिया दोनच माणसांची नसते, असे सरसरून सांगणारी व अवशेषांची जाणीव फुलवणारी वत्सलता प्रथमच त्याच्या अंत:करणाला खरीखुरी भिडली.

*

एका नव्या कोलॅबोरेशनसाठी जर्मनीला जावं लागणार आणि तेही त्वरित, ही बातमी घेऊनच मुकुंदा हैदराबादहून आला. परदेशी जायचं म्हणजे तीन-चार महिन्यांचा तरी विरह होणार, या कल्पनेनं, नवऱ्याच्या भाग्योदयामुळे तिला आनंद होण्याऐवजी अनिवार दु:खानं ती भारावली. क्षणभर तिला काय बोलावं, हेच कळेना. या नव्या जीवनात, या अधिकाराच्या आणि समृद्धीच्या विश्वात असा अल्पकालीन विरह अपरिहार्य आहे, याची तिला जाणीव का नव्हती? परंतु मुकुंदा, अनिरुद्ध, हे छोटंसं घर... अशा या विश्वाची विलक्षण गोडी लागल्यानंतर मुकुंदाची अल्पकालीन गैरहजेरी तिला दु:सह वाटली. पहिले काही क्षण अशा

विचित्र मन:स्थितीत गेल्यानंतर तिनं मनावर ताबा मिळवला. जे अपरिहार्य आहे, ते पत्करलं पाहिजे आणि हसतमुखाने साजरं केलं पाहिजे, हे तिच्या ध्यानात आलं. उलटपक्षी, आपल्याच महत्त्वाकांक्षेचा तो एक भाग आहे, आणि अशा तऱ्हेनं पराक्रमाची क्षितिजे वाढत असताना नवऱ्याच्या आपण पाठीशी आहोत, हे ताठ मानेनं सांगणं आवश्यक आहे, असंही तिला वाटलं. आपल्यापेक्षा मुकुंदा परेदशात अधिक एकटा आहे, आणि या एकटेपणाची जाणीव त्याला होता कामा नये, या विचारानं तिने आपल्या चेहऱ्यावर प्रसन्नतेचा आणि हर्षाचा नवा मुखवटा धारण केला. आनंदाची देवघेव करण्यासाठी आलेले शैथिल्य झटकून टाकून आपल्याला नव्यानं लाभलेल्या सौष्ठवाचा, मार्दवाचा आणि प्रफुल्लतेचा तिने त्याला नजराणा दिला.

जग सुंदर आहे, प्रसन्न आहे, संगीतमय आहे, दिव्य अशा चैतन्याने भरलेलं आहे. जीवनाचा हा झोका उंच उंच अस्मानात या स्वयंसिद्ध... चैतन्याच्या बळावर झुलत असतो. दु:ख असलंच तर त्या गतिमान झेपेशी कुरकुर करणारे. आपलं आयुष्य अशा निरामय सुखांनी भरलेलं आहे, अशी जाणीव सुखाच्या उत्कट प्रसंगी आता दोघांनाही नव्याने येत होती. परस्परांच्या तृष्णा या भक्ष्यावर झडप घालणाऱ्या हिंस्त्र पशूप्रमाणे बेफाम उरलेल्या नव्हत्या किंवा डोक्यात उठलेली अनिवार सणक शमवून टाकण्याचा स्वार्थी प्रपंचही आता उरला नव्हता. कदाचित दुसऱ्याला सुखी करण्यापासून आपल्याला अधिक चांगलं सुख मिळतं, असा सुदृढ अनुभव त्यांना आला असावा. समजदारीच्या या जाणिवेनं जीवनाची ही पाकळी उलगडत उलगडत यौवनपुष्पाचा सुगंध आता दरवळू लागला होता.

आणि म्हणूनच आता दुरावा नको होता. शरीराचा आणि मनाचाही. दोन जिवांच्या अभिन्नत्वाची जाणीव जिथे कुठे नुकतीच सुरू होत होती, तिथेतर हा विरह फारच क्लेशदायक होता; आणि त्यातही मनोरमेच्या मनात संशयाची एक पाल चुकचुकत होती.

गेले काही दिवस अनिरुद्धाची तब्येत बरी नव्हती. किरकोळ दुखण्याचे निमित्त होऊन त्याचं तेज कमी झालं होतं. काळजी करण्याचं काही कारण नाही असं डॉक्टरांनी सांगितलं होतं, तरी मनोरमेचं मन शांत नव्हतं. मनोरमेच्या मनात एक दुष्ट शंका डोकावत होती. अनिरुद्धला आंघोळ घालताना आईंनाही तसलीच शंका आली असावी. अनिरुद्धाच्या पायाचा रंग त्याच्या इतर देहापेक्षा निराळा होता. डॉक्टरांना उघडपणे त्याचे कारण विचारण्याचं धाडस तिला झालं नाही. सबंध दिवसभर दिल्लीतल्या थंडीमुळे त्याच्या पायात मोजे असत. त्यामुळे

मुकुंदाच्या लक्षात तो बदल आला नसावा. पण अशा तऱ्हेचा संशयास्पद बदल पाहून मनोरमेची मन:स्थिती मात्र बिघडत चालली होती. मुकुंदाचं परदेशी जाणं कोणत्या तरी कारणांमुळं टळलं असतं, तर तिला फार बरं वाटलं असतं. परंतु घटकेघटकेनं तो दिवस जवळ आला आणि आपल्या ओठांच्या ओलसर खुणा अनिरुद्धच्या आणि तिच्या गालावर ठेवून तो परदेशी गेला.

आपल्या मनात आलेल्या शंका कदाचित गंभीर नसतीलही, अशी समजूत करून घेण्याचा मनोरमेने प्रयत्न केला. परंतु कुठे ना कुठे एक खोल दु:ख तिच्या मनात टोची मारत होतं. मुकुंदाच्या अभावी तिचा दिनक्रम आता बदलला होता. पुन्हा पूर्ववत सार्वजनिक कार्यात ती थोडाफार भाग घेऊ लागली. जिथे जिथे आपण जाऊ तिथे तिथे सारीजण आपल्यापुढे भारून जातात, हे तिला अधिकच प्रकर्षानं जाणवू लागलं. दु:खाच्या जाणिवेत असताना अशा एका नवीन सामर्थ्याचा अनुभव तिला सुखकर वाटला. कधी कधी तिच्या मनात पूर्वकाल जागा होई...

केव्हातरी फार खोल खोल आठवणींच्या कप्प्यात चित्रविचित्र आठवणींचे झुबके डोकावू लागत. त्या झुबक्यांत एक खोल निळ्या डोळ्यांची विहीर तिला भेटे. मायेनं भरलेली, अनुकंपेनं बहरलेली. त्या डोळ्यांची तिला आठवण झाली की तिच्या मनात अशा काही भावनांचा उमाळा येई, की जगातली सारी सुखं, सारं वैभव त्या डोळ्यांच्या एका भेटीसाठी अदा करावीत. पण ते डोळे असेच लुकलुकत, मायेचा ओला स्पर्श करीत, तिला न्याहाळत दूर राहत. अशा एकाकी अवस्थेत ते डोळे जरा अधिक जवळ येत, पण तरीही तो दुरावा तसाच राही. आपल्या जीवनातलं ते न सुटणारं कोडं असेच अखेरपर्यंत निरुत्तर राहील का, या प्रश्नानं ती सदैव बेचैन राही.

अनिरुद्धचा हा आजार परमेश्वरकृपेने साधाच ठरो. माझ्या रक्तातून आलेल्या एखाद्या बीजानं त्याचं आयुष्य जर मलिन होणार असेल, तर आम्ही दोघेही या जगात उरणार नाही. पण त्याआधी माझ्या रक्ताचा शोध मला लावता येईल का? क्षणिक सुखासाठी हे चालतं-बोलतं दु:ख सदासाठी ज्यानं निर्माण केलं, त्याला मला जाब विचारण्याचं धारिष्ट्य होईल काय? आणि मला तो शोध लागला नाही, तर या बेहिशेबी दुनियेच्या पालनहारासमोर मी आणि माझं रक्त आश्रयासाठी गेलो, तर तो आम्हांला सामावून घेईल का?

निष्कलंक आणि कीड नसलेल्या फुलांसाठी हे उद्यान आहे. कीड असलेल्या फुलांनी वेळीच गळून जावं. नचपेक्षा या सातत्याच्या चक्रात ही कीड उगाचच गुंतत जाते.

*

डॉक्टरांच्या नेहमीच्या जागेत किंवा गर्दीच्या वेळेत तिला डॉ. शर्मांना भेटायचं नव्हतं. अनिरुद्धच्या पावलांवरील त्वचेचा रंग ती कुतूहलानं रोज-रोज न्याहाळी. त्यातले बारीकसारीक बदल ती काळजीपूर्वक चिकित्सेनं पाही. पण ज्या क्षणी तिला ते बदल काळजीचे वाटू लागले, त्याच क्षणी सत्याला तोंड द्यायला हवे, या जाणिवेनं तिनं डॉ. शर्मांची भेट घेतली.

आपल्या चिमुकल्या, राजस अशा या छबकड्यात देवानं जर काही दूषण ठेवलं, तर त्याला जबाबदार आपणच आहोत, असे तिला वाटले. वर्षानुवर्षं चालत आलेले कुठल्यातरी अनामिक रोगाचे जंतू आपणच आपल्या आईबापांकडून उचलून घेऊन आपल्या रक्तपेशींतून वाहवीत या नव्या जिवाच्या माथी मारले. रोगाचे हे दुष्टचक्र निदान आपल्या हातांनीच आपण थांबवायला हवं. उद्याच्या आयुष्यात माझ्या छबकड्याला हे वेदनामय जीवन, जगाची निर्भर्त्सना का सहन करावी लागावी?

तिच्या अंत:करणात अनिवार वात्सल्य दाटून आलं. हा चिमणा मांसाचा गोळा पाझरणाऱ्या वक्षाशी बिलगून घेऊन कुठंतरी धूम ठोकावी. इतकी लांब की उपेक्षितांच्या नजरा आपल्यापावेतो भिडणार नाहीत, असं तिला वाटलं.

डॉ. शर्मा हे त्वचातज्ज्ञ नव्हते, तरीपण त्यांच्या सल्ल्यावाचून मनोरमेला काही करता येण्यासारखं नव्हतं. वास्तविक ते एक नामांकित फिजिशियन, आणि गोस्वामी कुटुंबाचे नातेवाईक होते. डॉ. शर्मा हे केवळ आता कानिटकर कुटुंबाचे डॉक्टर राहिले नव्हते, तर ते त्यांचे हितचिंतकही होते. डॉक्टरांची आणि तिची निवांतपणे भेट झाली, तेव्हा डॉक्टर हसले आणि म्हणाले–

''एनिथिंग अगेन?''

''नाही हो डॉक्टर. अनिरुद्ध अजून चार महिन्यांचासुद्धा झालेला नाही.''

''म्हणून काय झालं? आमच्याकडं याहीपूर्वी प्रेग्नसी झाल्याच्या केसेस आहेत.''

''तसं काही नाही डॉक्टर, आणि डॉक्टर तसं काही असतं, तरीसुद्धा फार चिंता करण्याचं कारण नव्हतं.''

''मग चिंता तरी कसली आहे?''

''तुम्ही अनिरुद्धाला पाहताच...''

''हो, तर! कालच मी त्याला तपासला.''

''काल? काल केव्हा? माझी तर तुमची आठ दिवसांत गाठभेट नाही.''

''शाबास! आईंनी तुम्हांला हेही सांगितलं नाही?''

''काय?''

''कालच तर आई अनिरुद्धाला इथं घेऊन आल्या होत्या.''

''अनिरुद्धाला घेऊन? आणि इथं?''

''हो. त्यात आश्चर्य काय वाटतं तुम्हांला?''

''आश्चर्य नाही का काही डॉक्टर यात? मी मुलाची आई. बरं, तशी मी घरी दुर्लक्ष करून बाहेरची काही कामं करते अशातला भाग नाही आणि अनिरुद्धला तसं काही झालंही नव्हतं. डॉक्टरकडं घेऊन जायची पाळी यावी आणि मला ते माहीत नसावं, याबद्दल तुमचं मत काय होईल डॉक्टर?''

''तसं काही नाही हो. त्या म्हणाल्या की, घरी बसून कंटाळा आला होता; कुठेतरी गाडीतून हिंडून यायचं, ते सहज इकडं आले. अहो, त्यांनी अपॉइंटमेंटसुद्धा घेतलेली नव्हती.''

''अनिरुद्धला त्यांनी तुम्हांला कशासाठी दाखवलं?''

''त्या म्हणाल्या, आलेच आहे इथं. सहज तपासा त्याला. लहान मुलांची अधूनमधून अशी तपासणी करायचीच असते.''

''मग काही विशेष आढळलं नाही ना?''

''मुळीच नाही. एकदम फक्कड पोरगा आहे तुमचा. बाकी तुम्हा दोघांचं मूल सुंदरही असणार आणि सुदृढही असणार.''

''डॉक्टर, खरं सांगा. आईंनी अनिरुद्धाला तुम्हांला दाखवायला आणलं त्याचं कारण तुम्हांला सांगितलं असेल की नाही? तुमचे-आमचे संबंध लक्षात घेता एवढं लहान मूल कोणी दवाखान्यात नेऊन दाखवतं काय? तुम्हांला शंका कशी नाही आली?''

''आता तुम्ही सांगता म्हणून वाटतं, की त्यांचं वागणं काही हेतुपूर्वक असलं पाहिजे. परंतु ते मात्र माझ्या ध्यानात आलेलं नव्हतं.''

''अनिरुद्धाची तपासणी करताना त्या जवळ होत्या ना?''

''अर्थात.''

''त्याचे सर्व कपडे काढले होते ना?''

''अर्थातच.''

''मग तुम्हांला त्यात काही आढळलं नाही?''

''नाही बुवा.''

''नीट आठवा डॉक्टर! आईंनी तुमचं लक्ष वेधेल अशा तऱ्हेनं काही

दाखवलं नाही?''

''नाही बुवा. त्या एवढंच म्हणाल्या, काहीतरी टॉनिक द्यायला पाहिजे मुलाला. बेबी फिक्कट होत चाललीय आणि असं म्हणताना मला आठवतंय, बेबीची पावलं कुरवाळीत त्यांनी ती मला दाखवली. सहजगत्या मी पाहिलं, तेव्हा मला ती फिकट दिसली. मग आई म्हणाल्या की, असा एखादाच भाग जास्त पांढुरका का होतो डॉक्टर? त्यावर मी म्हणालो की, असं काही असत नाही. त्या वेळेस त्यांच्या बोलण्यात काही गंभीरपणा असावा, असं मला जाणवलं. पण खरं सांगू, मुलाची तब्येत उत्तम आहे आणि त्याच्या पायालाही काही झालेलं नाही. मला वाटतं, काहीतरी स्थानिक स्वरूपाचं ऑबस्ट्रक्शन असेल रक्तवाहिन्यांत. मी औषध देतो; पण नथिंग सीरियस.''

''डॉक्टर, तुम्ही तो पाय नीट तपासलात ना?''

''नीट म्हणजे कसा तपासायचा? त्वचेला पांढुरका रंग आला म्हणजे काही आजारबिजार समजत नाही आम्ही.''

''डॉक्टर, मला एक शंका आहे. तुम्ही नीट उत्तर द्याल?''

''नक्की. माझ्या ज्ञानाच्या कक्षेत जे असेल, त्याचं मी ताबडतोब उत्तर देईन. जे मला माहीत नसेल, त्याची चौकशी करून उत्तर देईन.''

''डॉक्टर, माझ्या मुलाच्या पायावर कोड आहे, असं मला वाटतं.''

''इम्पॉसिबल! काढून टाका तो मूर्खपणा डोक्यातून. मी त्वचाशास्त्रज्ञ नाही, परंतु हे सांगायला त्वचाशास्त्रज्ञाची गरज नाही. आणखी एक लक्षात ठेवा, की कोडासारखा रोग इतक्या लहानपणी डिटेक्ट होत नाही. शिवाय कोड हा संसर्गजन्य रोग नाही. त्यातूनही तो अकस्मात कोणालाही होत नाही. तो आनुवंशिक रोग आहे. कित्येक वेळा दोन दोन पिढ्या तुटूनसुद्धा तो रोग होऊ शकतो. पण तुम्हांला त्याची भीती नाही म्हणा!''

''ती का?''

''अहो, तुमच्या चारदोन पिढ्यांत कुणाला कोड आहे की नाही, हे तुम्हांला ठाऊक असेलच.''

कुणीतरी अकस्मात एखादा आसूड मारावा तशी मनोरमा एका वेदनेनं कळवळून गेली. डॉक्टरांना तिचा पूर्वेइतिहास माहीत नव्हता, म्हणून ते सहजगत्या बोलले असतील. परंतु तिच्या व्रणांवर त्यांनी नकळत जी जखम केली, त्यामुळे तो भरत आलेला व्रण भळभळून वाहू लागला. तिच्या अंगाला कंप सुटला. तिला काय झालं, हे डॉक्टरांना कळेना. ती अस्वस्थ कशाने झाली, हेही त्यांना

समजेना. क्षण-दोन क्षण ते तसेच तिच्याकडे पाहत राहिले. तिनं स्वत:ला सावरून घेतलं. ती म्हणाली,

"डॉक्टर, मी कोण आहे हे तुम्हांला माहीत नाही, म्हणून तुम्ही सहजगत्या बोललात. मी एक अनाथ आश्रमात वाढलेली मुलगी आहे. माझे आईबाप कोण, हे मला माहीत नाही. तुमच्या प्रश्नाचं उत्तर मी काय देऊ? माझा बाप कोणकोणत्या रोगानं पछाडलेला असेल, हे मी कसं सांगणार? आज कोडाचा संशय येतोय. उद्या कदाचित महारोगाचा संशय येईल."

"शी, शी, शी! काय बोलताय काय तुम्ही वेड्यासारखे? खरं सांगू, माझ्यावर विश्वास ठेवा. तुमच्या मुलाला काहीही झालेलं नाही. कुठल्यातरी मूर्खपणाच्या शंका डोक्यात घेऊन तुम्ही आपल्या मनाला त्रास करून घेत आहात. माझा तुम्हांला सल्ला आहे, की असले हे तर्कवितर्क सोडून द्या."

"डॉक्टर, जर माझी शंका खरी ठरली, तर त्याचा अर्थ असा की एक चांगलं कुटुंब मी बरबाद केलं."

"डोन्ट बी ए फूल. तुमच्या स्वत:च्या डोक्यातल्या या गाढवपणाच्या शंका काढून टाका आणि तुमच्या मदरइनलॉच्या डोक्यात जर हे विषबीज उत्पन्न झालं असेल, तर त्याबद्दल काय ते मी करीन. आता तुम्हांला हवंच असेल तर इथे मुंबईचे एक सुप्रसिद्ध स्कीन स्पेशालिस्ट येणार आहेत. त्यांना दाखवू या आपण तुमच्या मुलाची तब्येत. पण माझं खरं मत विचाराल, तर हा सारा खुळेपणा आहे. तुम्ही कुठे जन्माला आलात, तुमचे आईबाप कोण, या गोष्टी माझ्या लेखी फिजूल आहेत. तुम्ही माझ्या एका मित्राची सुंदर आणि कर्तबगार अशी बायको आहात, एका गुटगुटीत आणि निरोगी मुलाची आई आहात. आमच्या लेखी हे सारं पुरे आहे. डोन्ट वरी!"

*

डॉक्टरांकडून बाहेर पडताना अनेक विचारांनी मनोरमेचं डोकं भणाणत होतं. 'डॉक्टरांचं एक जाऊ द्या; पण आईंच्या मनात जर का हे विषबीज पक्कं जाऊन बसलं असेल, तर प्रत्यक्ष माझं मूल निरोगी असलं, तरी या निरोगी संसाराला मात्र मी पारखी होईन. कारण माझ्या मनात त्यांच्या डोळ्यांतील तो अविश्वास घुटमळत राहील. हे असं व्हायला नको होतं. उदार असला तरी मुकुंदा एक पिता आहे आणि आपल्या मुलातील एखाद्या दु:सह रोगाचा त्याला उबग आल्यावाचून राहणार नाही. घडलं त्यात माझी चूक नसेल, परंतु या विचित्र दु:खाला मी जबाबदार तर आहेच!

'आपला संसार उद्ध्वस्त होईल, आपली ही सावली आपण हरवून बसू, या भयाने या दुःखाच्या धगीत ती होरपळून गेली. एकापरीने मुकुंदा इथे नाही तेच बरं आहे; कारण त्याच्या प्रेमाची कसोटी याच वेळेला लागणार नाही. तोही आधार याच घटकेला कच्चा निघाला, तर मग आपल्या दुर्दैवाची खैर नाही. असा प्रसंग आपल्यावर येईल आणि आपले रक्त आपला उगम शोधू मागेल, अशी आपल्याला पूर्वीच कल्पना यायला पाहिजे होती. अंधार कुणालाच नको असतो, तसा तो मलाही नको होता, आणि म्हणूनच मी माझ्या रक्ताचा शोध करायला हवा होता. तो मी पूर्वी जरूर त्या तत्परतेनं केला नाही. पण अंधार आपल्याला नको असला तरी अंधार आपली सोबत सोडतोच असे नाही. अज्ञानाच्या त्या काळोखी बोगद्यातून मला मूळ ठिकाणी पोचलंच पाहिजे. ते शोधण्यावाचून आता गत्यंतर नाही. सर्वस्व गमावण्याच्या कड्यावर मी आता उभी आहे. एकतर एखाद्या पराक्रमी पुरुषाचे नाव मला अभिमानाने सांगता येईल किंवा एकतर एखाद्या विषयलंपट, रोगग्रस्त क्षुद्र माणसाचं नाव मला चिकटवून वागवावे लागेल. अखेर माहीत नसलेल्या या रस्त्यावर, वाट सापडत नसलेल्या या दिशाहीन, प्रकाशहीन तिठ्यावर मी उभी आहे.

'माझं दुःख मुकुंदाला मी कसं सांगू? तो माझी वेदना समजू शकेल का? आहे हे भवितव्य मान्य करून उदात्तपणानं मला त्यानं क्षमा करायला नको आहे. मला फक्त न्याय हवा आहे. तोही माझ्यासाठी नव्हे, माझ्या अनिरुद्धासाठी.

'मला मूल झालं नसतं तर! आणि झालं असतं अन् ते निरोगी झालं असतं तर किंवा त्याचा रोगही माझ्या मृत्यूनंतर उघडकीला आला असता तर? मला वाटतं, तो अज्ञानाचा दरवाजा कायमचा बंद झाला असता. हे गूढ असेच अबोल राहिलं असतं. पण नियतीची इच्छा निराळी दिसते. ते गूढ उलगडून माझे हात जर अधिकच काळे होणार असतील, तर माझ्या आयुष्याला अर्थ राहणार नाही. पण जर मला माझ्या आईबापांचा शोध लागला, माझ्या जीवनाचं रहस्य उलगडलं आणि मान खाली घालावी असे काही हाती आले नाही, तर या माझ्या जीवनाचं खरं सार्थक होईल.

'पण आता हे सारं ताबडतोबच करायला पाहिजे. अजून रस्त्यावर खुणा आहेत, दिशांचा अंदाज आहे तोपर्यंत परतीचा हा प्रवास कष्टदायक असला, तरी केलाच पाहिजे. परत निघालो तिथे पोचलं पाहिजे.'

घरी पोचेपर्यंत तिनं आयुष्यातला सर्वांत महत्त्वाचा निर्णय घेतला– आपण सत्वर शोधाला आरंभ करायचा!

*

दुसऱ्या दिवशी पहाटे जेव्हा गाडीत तिचा डोळा लागला, तेव्हा गाडी दिल्लीहून निघून तासभर झाला होता. आईंना आपल्या कामाचं स्वरूप समजून सांगणारं पत्र तिनं लिहून ठेवलं होतं, मुकुंदाला सविस्तर पत्र पाठवले आहे, आपला शोध घेऊ नये, आपणच वेळोवेळी योग्य त्या सूचना देऊ व माहिती कळवू, असे तिनं आवर्जून लिहिलं होतं. कोणत्या परिस्थितीत ती घरी परतणार होती? जाताना बरोबर पैसे घेतलेले होते. या घटकेला ती करीत असलेला शोध म्हणजे प्रचंड अशा फत्तरी भिंतींना टकरा मारण्याचाच प्रकार होता. पण त्यातही तिनं मनाशी काही खूणगाठ बांधली होती. डॉक्टरांकडून ती परत आली आणि आईशी तिचं संभाषण झालं. त्यामुळं तिनं घेतलेल्या निर्णयाला अधिकच धार चढली. तिच्या डोळ्यांसमोर तो प्रसंग जसाच्या तसा उभा होता–

आता डोळा लागला, तरीही अधूनमधून दचकून तो प्रसंग डोळ्यासमोर येत होता.

*

त्याच संध्याकाळची गोष्ट–

डॉक्टरांकडून घरी येताच कुतूहलानं ती अनिरुद्धाच्या पाळण्याजवळ आली आणि त्याचे पाय निरखून पाहू लागली. ती रंगात येऊन पाय पाहत असताना अकस्मात आई त्या खोलीत आल्या. तिला अशा तऱ्हेनं मुलाचे पाय निरखताना पाहून त्या थोड्या दचकल्या, आणि पुढे होऊन म्हणाल्या,

"काय पाहतेस गं?"

"मी होय? अनिरुद्धाचे पाय बघत होते. तुम्ही त्याला काल डॉक्टरकडे नेलात म्हणे! तेव्हा म्हटलं, काय आहे ते प्रत्यक्ष डोळ्यांनीच पाहावं. पण मला न सांगता सवरता असं एकदम डॉक्टरांकडं न्यावंसं का वाटलं तुम्हांला!"

"तुला अशासाठी सांगितलं नाही, की जर चिंता करण्याजोगं काही नसेल तर कशाला त्रास द्या तुझ्या मनाला? दु:ख होईल असं काही बोलायचं नव्हतं मला."

"मग डॉक्टरांनी काय सांगितलं?"

"डॉक्टर म्हणाले, काळजीचं काहीच कारण नाही."

"पण तुमचं समाधान झालं का?"

"हो, झालं. डॉक्टर म्हणाले, चिंता करण्याजोगं काही नाही."

"पण एवढ्यानं तुमचं समाधान होणार नाही. हे किल्मिष तुमच्या मनात

कायमचं घर करील आणि यापासून सर्वांनाच उपद्रव होईल. माणसाचं मन, अगदी चांगल्या माणसाचं मनसुद्धा फार चमत्कारिक असतं. आपण म्हणत होतो तेच बरोबर ठरलं, हे कोणालातरी सांगितल्याशिवाय मन गप्प बसणार नाही. बाह्यात्कारी तुमचं मन शांत झालंय, असं तुम्हांला वाटतंय; परंतु तुमचं अंत:करण सारखं उणं पाहत राहील.''

''मला भलतेच हेतू चिकटवू नकोस. मी आयुष्यात अशी वावगी वागलेली नाही व वागणारही नाही. माझ्या जागी तू असतीस, तर तू काय केलं असतंस?''

''मी तेच केलं असतं.''

''मग मला दोष का देतेस? माझा हेतू तुला दुखवू नये असा होता.''

''मी रागावलेली नाही. रागावण्याचा मला हक्कही नाही. एवढं खरं की माझ्या आयुष्यावर संकटाची एक सावली पडलेली आहे आणि ती जर दूर व्हायची असेल, तर माझा भूतकाळ मला शोधून काढला पाहिजे.''

तिच्या डोळ्यांपुढं त्या वेळेस निर्जन असा एकाकी रस्ता होता. तो रस्ता पार करून अज्ञाताच्या शोधाला ती निघणार होती. फक्त या बिकट वाटचालीत ती कोवळ्या तृणाप्रमाणे असलेल्या आपल्या अंकुराला बरोबर घेणार नव्हती. त्या चिमण्या जिवाला शापमुक्त करण्यासाठी ती आता प्रतिज्ञाबद्ध झाली होती, आणि तो शापमुक्त होणार नसेल, तर ती त्या घरी परत येणार नव्हती.

*

''तू?''

''होय फादर. आश्चर्य वाटलं?''

''आश्चर्य नाही वाटणार? मला वाटलं, या म्हाताऱ्याला विसरलीस.''

''तुम्हांला विसरून मी जाणार कुठं फादर? तुम्ही मला वडिलांच्या ठिकाणी आहात. ही गोष्ट खरी की संसारात मी आता अधिक अधिक गुंतले, तुमच्याशी मला हवा तेवढा संपर्क ठेवता आला नाही. पण फादर तुम्ही, हे हॉस्पिटल, आपलं हे गाव, हा नदीकाठ आणि माझं बालपण हे अजून इथंच नाहीत का? कधी एकटी असले की तुमचे वत्सल डोळे मला आठवतात. वाटतं, तुमच्याकडे यावं. तुमच्या या एकाकी आयुष्यात तुमच्या मुलीची तुम्हांला गरज आहे, हे मला कळत का नाही...''

''काय वेडा आहे पाहा मी! एवढा लांबचा प्रवास करून तू आलीस, तुला साधं बस म्हणायचंसुद्धा विसरलो मी. ये, ये आत. तोंड-बिंड धू. आता तुला चहा करून द्यायला रखमा नाही बरं का?''

“म्हणजे? कुठं गेली रखमा? खरंतर तिलाच बोलवायला मी जाणार होते.”

“बेटी, रखमा आता नाही. ती प्रभूकडं गेली.”

“केव्हा?”

“झाले तीन-चार महिने.”

“फादर मला कळवलं का नाहीत?”

“वेडी आहेस. पिकलेली पानं एकामागोमाग एक गळून जातात. रखमा गेली, नायडूही वारला परवा. हे मिशन काढायच्या वेळची आम्ही तीन माणसं. आता फक्त मी उरलोय. माझेही फार दिवस राहिले नाहीत.”

“असं का म्हणता फादर?”

“तसा मी तृप्त आहे. दिलेले काम मी इमाने-इतबारे केलंय. प्रभूपाशी जाण्याची मला आता ओढ लागली आहे. माझा मित्र दादाजीसुद्धा तिथं वाट पाहत असेल. मोठा लाख माणूस. वास्तविक मी म्हणत होतो तसं जर तो ऐकता, तर त्याचा आश्रम मागे राहिला असता. पण आमच्या धर्मात तो यायला कबूल होईना. पण त्यानं पूजा कोणाची केली याला काही महत्त्व नाही; त्याचा आणि माझा धर्म एकच होता. निष्काम सेवेचा. जाऊ दे झाले. तो आश्रम आज असता, तर ते त्याचं स्मारकच झालं असतं. अशा आश्रमाची, दादाजीसारख्या त्यागी माणसाची या भूमीला फार गरज आहे. बरं जाऊ दे, पण तू इथं का आलीस, हे सांगितलं नाहीस. तू अशी घाईघाईनं एकटी नवऱ्याला, मुलाला सोडून आलीस ते केवळ विश्रांतीसाठी नक्कीच नाही.”

“का बरं? विश्रांतीसाठी यायला हे माझं नाही घर का?”

“छे, छे, छे! असा गैरअर्थ काढू नकोस. मी सहज म्हटलं. असू दे. माझी प्रेअरला जायची वेळ झाली. यायला कदाचित मला उशीर होईल. तू दमली-भागलेली असशील, तुला विश्रांतीला मोकळीक होईल, म्हणून प्रश्न विचारला.”

“असं थोडक्यात नाही सांगता यायचं मला. मी उद्या सकाळीच तुम्हांला सांगीन. तुम्ही चर्चमध्ये जाऊन या. मी तुम्हांला आवडेल, असा स्वयंपाक करते. खाण्यापिण्याची तुम्ही नेहमीच आबाळ करीत होतात अन् आता तर काय, रखमाही नाही. किती दिवसांत तुम्ही आवडीचं जेवण केलं असेल, कोणास ठाऊक? फादर, तुम्ही जेवणाचं काय करता हल्ली?”

“आताशा पूर्वीसारखं जेवण जातही नाही आणि रात्रीचे मी जेवतही नाही. दुपारी फादर डिकॉस्टाकडे जेवतो. चहा कधी घरी करतो, कधी हॉटेलातून मागवतो, कधी नर्स सिक्वेरा आणून देते.”

"आता मी इथं आहे तोपर्यंत तुम्हांला रोज जेवण करून घालणार."

"बेटा, तू कशासाठी त्रास घेतेस?"

"यात त्रास कसला! मला जेवायला नको का? मी माहेरपणाला आले आहे, फादर."

"अन् तो चिमणा युवराज का नाही घेऊन आलीस?"

एकदम मनोरमेचा चेहरा गोरामोरा झाला. फादर तिच्या जवळ आले, तिच्या पाठीवर थोपटत म्हणाले,

"तब्येत ठीक आहे ना बेटा त्याची?"

"ठीक आहे."

"अन् मुकुंदाची?"

"ते आता परदेशात गेलेत. त्यांना यायला अवकाश आहे."

"तुम्ही सारेजण सुखात आहात ना?"

"फादर, तशी मी सुखात आहे. माझा नवरा प्रेमळ आहे; चांगल्या स्वभावाचा आहे, माझ्या घरी समृद्धी आहे. तसे आम्ही खुशाल आहोत. परंतु या साऱ्या सुखी संसारावर एक कृष्णछाया पडली आहे. तिचं स्वरूप मी तुम्हांला सांगू शकत नाही. पण का कुणास ठाऊक, ते संकट मला अंतर्बाह्य जाळतं आहे."

"मोकळेपणानं सांग बेटा. जे जे शक्य असेल, ते ते सारं मी करीन."

"फादर, माणूस जन्मतो तो कुणाचं तरी ऋण अगर शाप घेऊन. रूप, गुणधर्म, व्यक्तिमत्त्व, प्रतिभा या साऱ्या दैवदत्त गोष्टी खऱ्या; परंतु आपल्याला त्या मिळतात त्या जनकापासून किंवा जननीपासून. नशीबवान असतात त्यांना ऋणात राहायला मिळतं. कमनशिबी असतात ते पिढ्यान् पिढ्या एखादा शाप बरोबर वागवीत असतात. मी निराधार, निराश्रित मुलगी. प्रभूच्या आश्रयाखाली वाढलेली. दादाजी व तुम्ही नसतात, तर कदाचित मी हे दिवस पाहिलेही नसते. किंवा मी जगलेवाचले असतेच, तर एखाद्या कानाकोपऱ्यांत पापाच्या खातेऱ्यात, गटाराच्या काठावर. पण माझ्या जन्माचा शाप तेव्हा मला जाणवला नसता. मला शिक्षण मिळाले, धर्म मिळाला, संस्कार मिळाले; इतकंच नव्हे, तर हेवा वाटावा असं घर मिळालं. पाप-पुण्य, शाप-वर हे सारं कळण्याची, प्रेरणेची ताकद या संस्कारानं मला दिली. त्यामुळे माझ्याबरोबर वागवलेला हा शाप मला आता अस्वस्थ करीत आहे. कदाचित लोक मला वेडी म्हणतील. दयेवर आधारलेला चांगुलपणा मला नको. अहल्येप्रमाणे माझा कोणी उद्धार केलाय, अशी भावना मला जाणवायला नकोय. एवढ्यासाठी मला शोधलं पाहिजे माझे रक्त— माझे

आईबाप, माझं कुलशील. कदाचित माझ्या हाती काय लागेल, हे मला माहीत नाही; परंतु चांगले असो वा वाईट असो आपले आयुष्य आपल्याला समजलं पाहिजे.''

फादर गप्प होते. त्यांना काहीतरी बोलायचं होतं. मनोरमेच्या अंत:करणातील खळबळ त्यांना समजत होती; पण तिचा उद्रेक त्यांना अवास्तव वाटत होता. त्यातून निष्पन्नही काही होणार नाही, असं त्यांना वाटत होतं. तरीपण काहीतरी अपरिहार्य कारणाशिवाय असले विचित्र साहस मनोरमेसारखी विचारी मुलगी करणार नाही, याचीही त्यांना खात्री होती.

त्यांना गप्प बसलेले पाहून मनोरमाही गप्प झाली. त्यांच्या चेहऱ्यावरचे बदलते भाव ती सूक्ष्मपणे न्याहाळत होती. अस्वस्थतेचे क्षण-दोन क्षण गेल्यावर हलकेच ती म्हणाली,

''मला माहीत आहे, मला काय सल्ला तुम्ही द्याल तो. पण फादर, मला सल्ला नको आहे; साहाय्य हवंय. मला तुम्ही ते द्याल, असा भरवसा आहे. कदाचित तुम्हांला महत्त्व वाटल नसेल, तरी अशी कितीतरी माहिती तुमच्याकडून मला मिळू शकेल, की जी माझ्या कार्यास मदत करेल. तुमच्या संगतीत राहून मधूनमधून केडगावला जाऊनयेऊन आश्रमाची सर्व माहिती मी मिळवणार आहे. अजून पुष्कळ माणसे हयात आहेत, काही रेकॉर्डही उपलब्ध आहे. मला अशी खात्री आहे, माझ्या रक्ताच्या उगमापर्यंत मी पोचू शकेन.''

त्या काजळलेल्या अवकाशाच्या पार्श्वभूमीवर शुक्राच्या चांदणीसारखी लकलकणारी मनोरमा पाहून फादर गहिवरून गेले. असाच करुणामय गहिवर वेदीवर उभं राहिल्यावर प्रभूचं गीत गाताना त्यांना कधीकधी येत असे. त्यांना वाटलं, हे दु:ख असंच अनंत अवकाशात अनंत काळापासून पसरत असलं पाहिजे. ह्या तमाला, प्रभूच्या पायांचा स्पर्श झाला म्हणजे मग दिशा उजळू लागतात. प्रकाशाच्या तिरिपा नजरेत येऊ लागतात.

ते ओठांतल्या ओठात पुटपुटले...

''बेटी, तुझ्यासाठी मी प्रभूजवळ प्रार्थना करीन!''

*

दुसऱ्या दिवसापासून मनोरमेनं आपला आयुष्यक्रम आखून घेतला. आश्रमाच्या कार्यालयात काम करणारे कारकून, सेवक यांची नावे आणि पत्ते तिने गोळा केले. नवा पत्ता मिळाला की ती तिथं जाऊन धडकत असे. मुंबईला जाऊन ती ट्रस्टीजना भेटून आली. त्यांच्याजवळ जे काही रेकॉर्ड होते, ते तिनं सायासाने पैदा केलं. पैकी काही वर्षांची रेकॉर्ड जाळण्यात आल्याच्या नोंदी होत्या. काही

गहाळ झाल्याच्या नोंदी होत्या. पण तिच्या लक्षात आलं, आपला ठावठिकाणा लागू देणे हे पालकांच्या सोईचे नव्हते. त्यामुळे फार थोड्या केसेसमधे पालकांचे खरे पत्ते दिलेले होते. ट्रस्टीजपैकी दोन ट्रस्टी आता दिवंगत झाले होते, आणि जे आता उरले होते, ते मनोरमा ज्या वेळी आश्रमात आली त्या वेळचे ट्रस्टी नव्हते. त्यामुळे ज्या काही केसेस ट्रस्टीच्या संमतीशिवाय स्वीकारल्या जात नसत, त्यांतही फार दिशाभूल करणारी माहिती आढळली. कित्येक सधन आणि खानदानी कुटुंबातल्या फसलेल्या किंवा नाडलेल्या मुली आश्रमामध्ये सुटकेसाठी येत; पण जे रजिस्टरच रेकॉर्डमधून गहाळ झालं होतं. एक एक दरवाजे बंद होत असताना प्रकाशाची कोठेही तिरीप दिसत नसताना, मनोरमा कधी खचलीही नाही किंवा डगमगलीही नाही. कुणीतरी अंधाऱ्या रात्री जन्मलेलं मूल आश्रमाच्या पायरीवर आणून टाकलं असलं तर मग आई-बापांचा पत्ता लागणं अशक्यप्राय होतं. अशाही केसेस आश्रमात वर्षातून दहा-वीस वेळा होत. पण अशी मुलं फारशी जगत नसत. जन्मापूर्वीच ती मरावीत, यासाठी केलेल्या अघोरी प्रयत्नांत किंवा चोरूनमारून आश्रमाच्या सावलीत पोचवेपर्यंत गेलेला काळ, झालेलं दुर्लक्ष यांमुळे ती मुलं क्वचितच जगत असत, आणि जी जगत-वाचत, त्यांचीही जबाबदारी हा आश्रम फारशी पतकरत नसे. अशी मुले सरकारमान्य किंवा सरकारी आश्रयाखाली चालवलेल्या अनाथाश्रमात पोचवली जात. या माहितीमुळे आपला जन्म जरी विवाहबाह्य संबंधापासून झाला असला, तरी अनाचारातूनच झालेला असेल असं मानण्याचं कारण नाही, हे मनोरमेच्या लक्षात आलं. आश्रमात मुलांच्या पालकांकडून काहीतरी द्रव्यसाहाय्य घेतलेले असणार, आणि अशाच द्रव्य साहाय्यातून तो आश्रम चालत असला पाहिजे, हेही कळायला तिला वेळ लागला नाही. जसजसं आश्रमाचं स्वरूप तिच्या लक्षात येऊ लागलं, तसतसं या आश्रमात मुलांची आबाळ का केली जात नसे, बकालीपणा तिथे का नसे, हेही तिला कळून चुकलं. सुखवस्तू आणि संभावित कुटुंबातील पापे योग्य ते पैसे घेऊन इथे लपवली जात असली पाहिजेत, याविषयी तिच्या मनात आता शंकाच राहिली नाही.

आणि मग दादाजींविषयीचा आदर एकदम गळून पडला. दादाजी करत होते तीही कदाचित सेवा असेल; पण त्या सेवेचं स्वरूप निखळ नव्हतं. अशा तऱ्हेचं विचित्र सत्य पत्करणं तिला मुळीच सुखाचं वाटलं नाही; कारण पित्याप्रमाणे मानलेल्या दादाजींना त्यात कमीपणा येत होता. पण त्याचबरोबर हीही गोष्ट खरी, की आपला जन्म कोणातरी पापभीरू, सृजनशील आईबापांच्या पोटी

झाला असेल, हा शोध काळोखातच संपणार नाही आणि बहुश: आपलं तोंड काळं करणार नाही, याविषयी तिची आता खात्री पटली. आपला प्रतिपाळ दादाजींनी मुलीसारखा केला, त्याला आरंभी आरंभी तरी आपल्या माता-पित्यांकडून मिळणारं द्रव्यसाहाय्य कारण असलं पाहिजे. किंवा कदाचित आपल्या माता-पित्यांपैकी कोणीतरी दादाजींच्या खास लोभातले असले पाहिजे.

मागे जाता जाता मनोरमेला अधिकाधिक प्रकाश दिसू लागला. आश्रमाचं रेकॉर्ड काळजीपूर्वक का ठेवलं जात असे, हेही तिला कळून चुकलं. दादाजींनी आश्रम का विसर्जित केला किंवा ट्रस्टीजनी त्यांना तो का विसर्जित करायला लावला, यातलं रहस्य जरी सर्वांशानं तिला कळले नाही, तरी अनेक लब्ध-प्रतिष्ठित लोकांचे गुप्त संबंध एखाद् दुसऱ्या माणसाच्या हातात शस्त्र म्हणून ठेवणं, हे कोणालातरी धोक्याचं वाटलं असलं पाहिजे. सार्वजनिक संस्थां-संबंधीचे नवे कायदे अशा तऱ्हेच्या गुप्त संस्थेला जाचक ठरले असले पाहिजेत. मनोरमेला त्याच वेळेला एकदम आठवण झाली, ती मिराशी आणि सगुणा या आश्रमाच्या दोन नोकरांची.

*

मग ती त्या दोघांच्या शोधाला लागली. त्यांचा शोध लागणे जवळपास दुरापास्त होतं. पण अगदी योगायोगानं फादर जोहान तिला एकदा म्हणाले, "दादाजींच्या आश्रमात कोणी मिराशी नावाचा नोकर होता का?" त्यांच्या प्रश्नाचं तिला आश्चर्य वाटलं, परंतु फादरना जी त्याची आठवण झाली होती, त्याचं कारण कळल्यानंतर तिला आश्चर्य वाटेनासं झालं. मिराशीनं त्याच सगुणेशी पुढं लग्न केलं असावं किंवा लग्नाशिवाय ती त्याच्याजवळ राहत असावी. खरं पाहता दहा-पंधरा वर्षांपूर्वीची गोष्ट. तिला मिराशीचं काय किंवा सगुणेचं काय, नावसुद्धा आठवायचं कारण नव्हतं. पण आश्रमाचं रेकॉर्ड हरवले किंवा चोरले किंवा त्या माहितीचा दुरुपयोग केला, या कारणास्तव त्या दोघांची आश्रमातून हकालपट्टी झाली होती, हे तिला साधारण आठवले. ट्रस्टीजजवळून मिळालेल्या रेकॉर्डमधे मिराशी आणि सगुणा यांना तत्काळ कामावरून कमी करावं, अशा अर्थाचा शेरा असलेलं मिनिटबुक होतं. त्यात मिराशीचा उल्लेख फादरच्या तोंडून व्हावा, हा तिला एक विलक्षण योगायोग वाटला. फादरच्या सांगण्याप्रमाणं मिराशी आणि सगुणा चार-सहा महिन्यांपूर्वीच फादरना भेटण्यासाठी हॉस्पिटलमध्ये आले होते. सगुणा त्या वेळी कॅन्सरने आजारी होती. अर्थात त्या रोगाचं निदान होण्यासाठी–पूर्वतपासणीसाठी ते हॉस्पिटलमध्ये राहिले होते. आश्रमाचे निवृत्त

सेवक असा आपला परिचय करून देऊन त्यांनी हॉस्पिटलमध्ये प्रवेश मिळवला होता आणि रोग बरा होत नाही, आणि इथं बरा होण्यासारखा नाही असं ठरल्यानंतर निराशेनं सगुणेला घेऊन मिराशी मुंबईला गेला होता. फादरच्या म्हणण्याप्रमाणे इतके दिवस सगुणा जगणे शक्य नव्हते. मिराशीने रेकॉर्डमध्ये काही लबाडी केल्यामुळे त्याला हाकलले होते, हे अर्थात फादरना माहीत नव्हतं व माहीत असण्याचे कारणही नव्हतं. मनोरमेने ते आता सांगताच हॉस्पिटल रेकॉर्ड्स पाहून त्यांनी तेथे नोंदविलेला पत्ता मनोरमेला मिळवून दिला आणि कदाचित मुंबईच्या कॅन्सर हॉस्पिटलमध्ये नवीन पत्ता मिळण्याची शक्यता असल्यामुळे तिथल्या डीनना चिठ्ठी दिली.

शोधाला एक नवीनच वळण लागले. त्या दोघांपैकी कोणी जिवंत असेल, तर अधिक थांगपत्ता लागणं शक्य आहे. कदाचित हरवले गेलेले रेकॉर्डबुकही पाहता येईल. यामुळं मनोरमेला एक नवे अवसान चढले. हा सारा शोध समुद्रात हरवलेल्या भाग्यशाली अंगठीसारखा होता. म्हणजे हरवलेल्या वस्तूची उत्कटता आणि शोधाव्या लागणाऱ्या जागेची विशालता दोन्हीही शोधणाऱ्याच्या लेखी बेहिशेबीच. परंतु ज्या शोधावाचून गती नाही तो शोध टिटवीनं समुद्र उपसण्याइतका हास्यास्पद असला, तरी करण्यावाचून काय इलाज होता!

प्रथम मनोरमा मुंबईला आली. वास्तविक सरळ तिला आपल्या कामाला जाण्याची उत्कंठा होती. परंतु लैलाला भेटण्याची उत्कंठा जागी होऊन ती हॉस्टेलमध्ये आली. पण लैला आता तिथं राहत नव्हती. तिला वाटलं, आता या शोधात शिवदासानींच्या वजनाचा उपयोग करता येईल; पण तो विचार तिनं झटकून टाकला. त्यांच्या नको त्या प्रश्नाला उत्तर द्यायची तिची आतातरी तयारी नव्हती. टाटा कॅन्सर हॉस्पिटलमध्ये गेल्यावर तिला कळलं, की त्या नावाची एक पेशंट इथे आली होती हे खरं; परंतु ती काही फार दिवस जगली नाही. तिच्याबरोबर असलेला पुरुष तिचा नवरा असावा. कारण रजिस्टरवर त्यानेच सही करून रुग्ण आपली पत्नी असेच लिहिलेले होते. दिलेला पत्ता मनोरमेनं टिपून घेतला आणि त्या पत्त्यावर तिनं चौकशी केली. परंतु या नावाचा मनुष्य त्या पत्यावर कधीच राहत नव्हता, हे तिला समजून आलं. पुनश्च फादरकडून मिळालेल्या मिराशीच्या गावी जाण्यासाठी ती सिद्ध झाली.

तीन दिवसांचा अखंड प्रवास करून जामखेडहून टॅक्सी करून मराठवाड्यातल्या एका आडगावात– नावाप्रमाणे खरोखरीच आडगावात– ती येऊन पोचली. तिच्या रंगा-रूपाकडं आणि कपड्यांकडं पाहून त्या खेड्यातली

चार-दोन फाजील चौकस माणसे तिच्याभोवती गोळा झाली. खरं म्हणजे तिला आता थोडी विश्रांती हवी होती. आपल्या देहानं थकू नये आणि या शोधाला अखेरपर्यंत साथ द्यावी, अशी तिची कितीजरी इच्छा असली, तरी अखेरी निसर्गालाही नियम पाळावे लागतात. मिराशीचं नाव काढताच जमलेल्या लोकांनी जो उत्साह दाखवला, त्यामुळे शिणलेल्या गात्रांनाही विसावा न देता तिला देह हलवावाच लागला. ती जेव्हा एका सुबक बांधणीच्या घराजवळ पोचली, तेव्हा बरोबर आलेल्या उत्साही खेडुतांपैकी एकजण,

"हो, अप्पा मिराशी ऽऽऽ" असं अगदी कानठळ्या बसाव्यात एवढा आवाज काढून ओरडला. एक-दोन क्षण जाताच त्या घरातून एक त्रासिक चेहरा डोकावला. तो चेहरा दृष्टीस पडताच मनोरमेनं ओळखलं, की मिराशी तो हाच. पूर्वी भोळाभाबडा दिसणारा मिराशी आता चांगला बनेल आणि टारगट वाटत होता. त्यानं मात्र मनोरमेला ओळखलं नाही. अनाथ आश्रमात वाढणाऱ्या एका पोरसवदा मुलीचे आताचे हे सौष्ठवपूर्ण रूपांतर त्याला समजण्यासारखं नव्हतंच. मनोरमा त्या घराचं फाटक उघडून आत शिरताना क्षणभर थबकली आणि बरोबर आलेल्या त्या फाजील चौकशी करणाऱ्या माणसांना "आता तुम्ही जाऊ शकता", असं म्हणाली. पण त्यांपैकी कोणीच ते ऐकले आहेसे दिसेना. असं लोंबकळत वागायची त्यांना सवयच असावी. ती पुन्हा म्हणाली, "तुम्ही घर दाखवलंत, मी आभारी आहे तुमची." यावर त्यांपैकी जास्त मुरलेला खेडूत दात विचकीत म्हणाला, "आम्ही आत येत नाही. ह्यो रस्ता हाय. तुम्ही जावा आत खुशाल." त्यांच्याशी जास्त बोलण्यात अर्थ नव्हता. एवढ्यात "जाता का न्हाई गुमान", असं आतून मिराशी खेकसला. गावकऱ्यांना त्याची जरब असावी. त्यांनी काढता पाय घेतला आणि नजर राहील इतक्या अंतरावर ते घुटमळत राहिले. मनोरमा आत गेली. तिनं मिराशीला नमस्कार केला. मिराशी दात विचकून हसला. सुस्थितीत आल्यानंतरची त्याची ही एक लकब असावी. आपल्याकडं या बाईचं काय काम असावं, याचा तो मनात विचार करीत होता.

"मला ओळखलं नाहीस?"

"नाही बुवा!"

"तू केडगावच्या आश्रमात काम करीत होतास."

"जी."

"सगुणा नावाची एक बाई तिथं कामाला होती."

"होती."

"ती आता कुठं आहे."
"सगुणा वारली."
"कुठं वारली?"
"मुंबईला."
"मुंबईच्या कॅन्सर हॉस्पिटलमध्ये तू खोटा पत्ता का दिलास?"

तिच्या या प्रश्नांनी मिराशी चमकला. त्याचा ताठा थोडा ओसरला. काहीतरी बिलामतीत आपण सापडू, ही भीती त्याच्या चेहऱ्यावर दिसू लागली. मनोरमेनंही आपला स्वर जरा कठोर केला. दुष्ट बुद्धीच्या माणसाकडे येताना आपण जरा सावध राहायला हवं होतं, हे तिच्या ध्यानात आले. आपण जामखेडहून टॅक्सी करून आलो ते एका परीनं तिला सुरक्षितपणाचं वाटलं; पण ती गाडी आपण एस. टी. स्टँडवर ठेवायला नको होती. गावात गाडी नेली, तर उगीचच वाच्यता होईल, ही आपली भीती व्यर्थ होती. नाहीतरी वाच्यता होणारच होती.

"सगुणा माझी बायको नव्हती. तिच्याशी मी लग्न केलेलं नव्हते. तिच्या कोणी नातेवाइकांनी माझ्यामागं नसत झंगट लावू नये, म्हणून मी खोटा पत्ता दिला."

"हे पाहा, आश्रमातून तुमची दोघांची एकदमच हकालपट्टी झाली, हे खरं आहे ना?"

"पण तुम्ही मला हे प्रश्न कशासाठी विचारताय. तुम्ही कोण?"

"मी कोण ते नंतर सांगीन. सगुणेच्या मृत्यूची चौकशी करतेय मी. सरळ उत्तरं मिळतायत तोवर वाकड्यात जाण्याचं मला कारण नाही. माझ्या प्रश्नाचं उत्तर हवंय."

"हकालपट्टी झाली नाही. आम्हीच आश्रम सोडला."

"हे खोटं आहे. आश्रमाचं मिनिट बुक मी पाहिलं आहे. त्यात तुम्हांला कामावरून कमी करावं, असा ट्रस्टीजचा हुकूमही मी वाचला आहे."

मिराशी काहीच बोलला नाही. परंतु त्याच्या चेहऱ्यावर मात्र होकारार्थी उत्तर होतं.

"आश्रमाचं काही महत्त्वाचं रेकॉर्ड पळवल्याचा तुझ्यावर आरोप होता."

त्यानं मानेनं 'हो' असं म्हटलं.

"तुझ्या आजच्या सुस्थितीवरून, तू त्या रेकॉर्डचा गैरवापर करून कोणाकडून तरी पैसे लुटत असला पाहिजेस."

"नाही, नाही. हे अगदी खोटं आहे. गेल्या पाच वर्षांत ते रेकॉर्ड पुस्तक मी उघडूनसुद्धा पाहिलेलं नाही."

मनोरमा हसली. ती म्हणाली,

''रेकॉर्डबुक तुझ्याजवळ आहे, असा तू कबुलीजबाब दिलास.''

''नाही, नाही. ते माझ्याजवळ होतं. मी ते आता जाळून टाकलंय.''

''मिराशी, तू खोटं बोलू नकोस. ते रेकॉर्डबुक आत्ता तुझ्याजवळ या घरात आहे. ते जर तू सुखासमानाधानानं माझ्यासमोर आणून जाळून टाकशील, तर झाल्यागेल्याबद्दल क्षमा करण्याची मी शिफारस करीन. नाहीतर तू आणि तुझं नशीब!''

''पण तुम्ही माझं काय वाकडं करू शकाल? आधी तुम्ही कोण? पुरावा काय?''

''पुराव्याची भाषा तू करू नकोस. मीही तुला काही सांगणार नाही. तू तुझ्या- जवळचा मुद्देमाल नष्ट करायला तयार असलास, तरच पाच मिनिटांत सारा प्रश्न निकालात निघेल.''

मिराशीनं क्षणभर विचार केला. तो म्हणाला,

''याबद्दल हमी काय?''

''पाप नष्ट करायला हमी कशाला हवी? त्यातून ट्रस्टीजनी देऊ केलेलं एक हजार रुपयांचं बक्षीस मी तुला इथल्या इथं रोख देईन.''

''इथल्या इथं, रोख?''

मनोरमेनं पर्स उघडली. शंभरा शंभराच्या दहा नोटा काढून त्याच्या पुढे केल्या. त्याच्या डोळ्यांतली नाराजी आता नष्ट झाली होती. संकट टळलं होतं; एवढंच नव्हे, रोख पारितोषिक देऊन संकट जाणार होतं. शिवाय त्या रेकॉर्डचा आता उपयोगही करता येत नव्हता. खूप वर्षे झाली होती. त्यामुळे पुष्कळांच्या जखमा आता बऱ्याही झाल्या होत्या. त्याने ते पैसे गोळा केले, खिशात ठेवले आणि तो म्हणाला,

''जरा थांबा, मी घेऊन येतो ते.''

उचलायला कठीण असं चांगलं वजनदार कातडी बाइंडिंग केलेलं एक मोठं रजिस्टर घेऊन मिराशी परत आला. त्यानं ते मनोरमेच्या पुढ्यात ठेवलं. मनोरमेनं ते हलके हलके चाळायला आरंभ केला. चोवीस वर्षांपूर्वीच्या रेकॉर्डपाशी आल्यानंतर ती जरा काळजीपूर्वक रेकॉर्ड चाळू लागली आणि तिला हवी ती माहिती डोळ्यांसमोर येताच तिचे स्नायू एकदम आकसले. विस्फारित नेत्रांनी तिनं तो मजकूर स्मृतीत साठवण्याचा कटाक्षानं प्रयत्न केला. तिच्या अंगावरच्या जन्मखुणासुद्धा तिथं नीट नोंदवलेल्या होत्या. तिच्या आईचं नाव गायत्री होतं.

आणि पालक म्हणून आईच्या वडिलांचं नाव आणि पत्ता लिहिलेला होता. 'केशवशास्त्री मराठे, भारद्वाज पाठशाळा, मधली आळी, वाई.' हा पत्ता पुन्हा पुन्हा वाचून तिनं लक्षात ठेवला. आपण एकाच ठिकाणी फार वेळ अडखळलो आहोत हे रोखून पाहणाऱ्या मिराशीच्या लक्षात आलं असलं पाहिजे, हे तिच्या लक्षात येताच तिनं पुढची पानं पटापट चाळल्यासारखी केली आणि त्याच्याकडं न बघताच काड्याची पेटी घेऊन येण्यास फर्मावलं. तो काड्याची पेटी आणण्यासाठी आतल्या खोलीत गेला हे पाहताच तिनं आपल्या पानाची नोंद चटकन फाडून घेतली. मिराशी काड्याची पेटी घेऊन येताच उचित नसतानाही ते रजिस्टर आणि पर्स घेऊन ती उठली आणि अंगणाच्या उघड्या भागात येऊन तिनं ते रजिस्टर पेटवलं. कितीतरी महत्त्वाची माहिती आपण अग्नीच्या स्वाधीन करतो आहोत. याची कल्पना तिला होती. परंतु हे नाटक पुरे वठवणं तिला भाग होते. शिवाय ही माहिती पुष्कळांच्या गळ्याला तात लावणारी आहे आणि हा क्षुद्र माणूस त्या माहितीचा दुरुपयोग करून पुष्कळांना नाडण्याची शक्यता आहे, हा विचार लक्षात येताच तिनं घट्ट मनानं त्या जळत असलेल्या रजिस्टरकडे दृष्टी टाकली. आता रजिस्टरचं कातडी बाइंडिंगही जळू लागल्याकारणानं सुटलेली घाण तिला असह्य झाली. तरीपण ते रजिस्टर पूर्णपणे जळेपर्यंत तिला थांबणे भाग होतं. आता त्या रजिस्टरचा उपयोग होऊ शकणार नाही, इतपत तिची खात्री झाली आणि ती जाण्यासाठी निघाली. लक्षात असलेल्या माहितीचा दुरुपयोग न करण्याविषयी तिनं जाता जाता पुन्हा एकदा त्याला खडसावले आणि तिच्या कडव्या व्यक्तित्वापुढं शरण आलेला आणि पैशांमुळं मिंधा झालेला मिराशी मागे भिरकटून देत ताठ मानेनं आणि तृप्त मनानं ती घराबाहेर पडली. आता ठिकाणा दूर नव्हता.

*

एका वृद्ध माणसानं दार उघडलं. भर दोनप्रहरी आलेल्या या अत्याधुनिक स्त्रीकडे आश्चर्याने तो पाहत राहिला. असल्या या कुग्रामात अशा वेळी अशा चटपटीत आधुनिक स्त्रीने येऊन आपल्याला त्रास द्यावा, याबद्दलचा संताप आणि नाराजी त्याच्या चेहऱ्यावर दिसत होती. का कुणास ठाऊक, त्या वृद्ध माणसाच्या डोळ्यांत काहीतरी ओळखीचं सापडलं, असा मनोरमेला भास झाला. घर अत्यंत पडीक अवस्थेत होतं. घराची निगा ठेवणारं कोणीही या घरात राहत नसावं. त्या घरातलं ते वातावरण पाहून मनोरमा कुठंतरी दुखावली. समोरच्या त्या वृद्ध माणसात एक प्रकारची गूढ विरक्तता दिसत होती. प्रश्नार्थक मुद्रेने पाहणारे ते बोलके डोळे, धारदार नाक, ती बेफिकीर उभे राहण्याची पद्धत आणि

सत्तर वर्षांचा सुरकुतलेला कालपुरुष... सारंकाही ओळखीचं तरी परकंच होतं.

"आपण केशवशास्त्री मराठे का?"

उत्तर देण्याऐवजी संपूर्ण अनिच्छा व्यक्त करणारा हुंकार प्रकटला.

"माझं तुमच्याकडं थोडं काम आहे."

"बोला."

"इथं बोलता येण्यासारखं नाही. मी आत येऊ का?"

पुन्हा एकवार नकारात्मक हुंकार, पण नाइलाजाने होकारार्थी– नकळत निघून गेलेला होकार, "या."

मनोरमा त्याच्या मागोमाग आत शिरली. एके काळी हे घर किती गजबजलेलं असेल, याची कल्पना ती करू लागली. बाहेरून वाटलं त्यापेक्षा घर फारच मोठं होतं. घरात पडझड झालेली होती, अस्वच्छता मात्र नव्हती. या थकलेल्या वृद्धाखेरीज इथं अन्य कोणाचा वावर नसावा, असे व्यक्त करणाऱ्या पुष्कळ पुरुषी खुणा जागोजागी दिसत होत्या. जुन्या संस्कृत ग्रंथांचे ढीगच्या ढीग कोपऱ्यातून रचून ठेवलेले होते. एका कोपऱ्यात हरिणाजीन पसरून ठेवलेले दिसले. त्याच्या शेजारी जुन्या वळणाच्या एका तरुण स्त्रीचा फोटो होता. बसायला नीटशी जागा शोधताना तिला कष्ट पडले, परंतु समोरचा तो वृद्ध मात्र तसाच उभा होता.

संभाषण सुरू करावं असं वातावरण निर्माण झालं नव्हतं. हे संभाषण समोरच्या माणसाला निश्चित अप्रिय होतं. काय बोलावं आणि कसं बोलावं, याची मनातल्या मनात जुळवाजुळव ती करीत होती, तेवढ्यात तिरसट आणि रखरखीत अशा शब्दांत तो वृद्ध म्हणाला,

"हे पाहा, काय असेल ते काम लवकर सांगा. मला अन्य कामे आहेत."

"हो, हो. त्याचाच विचार करत होते."

"विचार करूनच का नाही आलात इथं?"

"चुकले मी आजोबा."

"मला असली खोटी नाती आवडत नाहीत. उगीचच कुणाला बाबा, आजोबा, भाऊ म्हणणं मला आवडत नाही."

"तश्शा अर्थानं मी तुम्हांला आजोबा म्हटलं नाही."

"मग?"

"मला नीट बोलू दिलंत, असं रागावून मधेमधे बोलला नाहीत, तर बरं होईल. मला मोठ्या माणसांत वावरायची सवय नाही, आई-वडिलांचं सुख जिथं मला मिळालेलं नाही, तिथं आजी-आजोबा या नात्याचं सुख कोठून मिळणार?"

“हे पाहा, फाफट पसारा न लावता, किंवा काही लागट न बोलता चटकन तुझं काय काम असेल ते सांग. लागट किंवा भावनाशील बोललेले मला आवडत नाही.”

मनोरमा हसली. इतकी गोड हसली, की म्हाताऱ्याच्या एक-दोन सुरकुत्यासुद्धा कमी झाल्या. मनोरमा पुढे म्हणाली,

“काही माणसं उगाचच आपल्याभोवती विरक्तीचे किंवा अलिप्ततेचे तट बांधून घेतात. आता तुम्हांला मी आजोबा म्हटलं, यात मी काही फार मोठा गुन्हा केलाय, असं मला वाटत नाही. माझे आजोबा असते, तर तुमच्याएवढेच असते.”

समोरचा तो वृद्ध एकदम निराळा झाला. मनोरमेकडं त्यानं एक दृष्टिक्षेप टाकला आणि तिला आपादमस्तक न्याहाळले.

“हो, खरं आहे. माझी नात असती, तर ती तुझ्याएवढी असती. पण जाऊ देत त्या गोष्टी. भलत्या गोष्टी आठवून दु:खाशिवाय आता काय हातात पडणार?”

“तुम्हांला एक विचारलं, तर रागावणार नाही ना आजोबा?”

“विचार मुली. पण माझ्या जखमांवरच्या खपल्या काढू नकोस. संतापाने मन कसं भरकटून जातं. माझा सुखी संसार, माझी पत्नी याचा त्या कुलकलंकिनीनं विध्वंस केला.”

“कुणाबद्दल म्हणताय तुम्ही?”

“माझी अवलक्षणी कारटी! एका मूर्ख नादान सिंधी कार्ट्याबरोबर लघळपणा करून स्वत:चा नाश तर तिनं करून घेतलाच; पण माझी सारी अब्रू, पांडित्य यालाही तिने आग लावली. त्या ब्रेअब्रूनं मी समाजातून उठलो आणि मुली, तिच्या आईनं तर जवळपास आत्मघातच केला. आज जवळजवळ पंचवीस वर्षं झाली... अरे, हे मी काय बोलतोय भलतंच? तुझं काय काम आहे ते बोल.”

“ते सांगतेच म्हणा! पण मला असं सांगा, तुमची मुलगी असते कुठं? तिचं पुढं काय झालं?”

“खबरदार, तिचं नाव काढू नकोस. ती मला तेव्हाच मेली.”

“ती त्या सिंध्याबरोबर पळून गेली का?”

“ती कशाला पळून जाईल? तो सिंधीच पळून गेला. आमच्या अंगावर त्याच्या पापाचा बोजा टाकून.”

“पुढं त्या मुलीचं शेवटी तुम्ही केलंत काय?”

“काय केलं, आणि काय नाही! एकुलती एक मुलगी, तिनं हा असा प्रकार केला. खरं पाहता तिला घरातून हाकलून द्यायला हवी होती; पण तिला

हाकलून देऊन आमची बेअब्रू काही चुकत नव्हती आणि हाकलून देऊन ती तरी कुठं जाणार? तिच्या आईनं हट्ट धरला म्हणून मी माझ्या हातांनी तिला केडगावच्या आश्रमात पोचवून आलो. पुढं तिचं काय झालं कुणास माहीत? कारण तिनं एका मुलीला जन्म दिला आणि ती एकदम बेपत्ता झाली. तिचा शोध घेऊन आमचा काहीच फायदा नव्हता. या सगळ्या प्रकारानं खचून जाऊन तिची आई मात्र देवाघरी गेली.''

''तिनं मुलीला जन्म दिला असं म्हणालात आजोबा तुम्ही. तिचं काय झालं पुढं?''

''कुणास ठाऊक काय झालं ते?''

''पण तुम्हांला असं वाटलं नाही का, ती मुलगी आहे तरी कशी हे बघावं!''

''खरं सांगू? त्या वेळी मी माझ्या मुलीवर इतका संतापलो होतो, माझ्या बायकोच्या निधनामुळे इतका दुःखी झालो होतो, की मलामुळी दुसरे कसले विचार सुचलेच नाहीत. शिवाय माझ्या या एकाकी अवस्थेत त्या मुलीची जबाबदारी घेणं आणि तेही या असल्या गावात, सर्वथा अशक्य होतं.''

''पण आजोबा...!''

''आजोबा वगैरे म्हणू नकोस म्हणून सांगितलं ना! माया-ममतेचे पाश मी कधीच तोडलेले आहेत. मला आता कोणीही नाही.''

''असं कसं होईल? तुम्ही नाही म्हटलंत तरी परमेश्वराच्या प्रसादानं उत्पन्न झालेली ही बीजे कुठंतरी वाढत राहतात. मला असं सांगा, तुमची मुलगी– तुमची नात– तुमच्यासमोर आता येऊन उभी राहिली, तर तुम्हांला काय वाटेल?''

''माझी मुलगी? तिचं मी तोंडसुद्धा पाहणार नाही.''

''आणि तुमची नात! तिचा तर काही अपराध नाही ना?''

''शी शी! ते तर पापाचं फळ, घाणीत जन्म पावलेलं.''

एक विचित्र कठोरपणा, आयुष्यभर जतन केलेला संताप एकदम प्रकट होऊन मनोरमा कडाडली–

''तुम्ही वयस्क आहात, विद्वान आहात, ज्ञानात मोठे आहात, तुमचा अपमान करण्याची माझी इच्छा नाही. पण लक्षात ठेवा, अर्थ समजल्याशिवाय ज्ञान हे वृथा आहे. धर्म-अधर्माचा सूक्ष्म विवेक बऱ्यावाईट आयुष्याकडं पाहून करायचा असतो, पुस्तकातले सिद्धांत वाचून नाही. परमार्थाचा अभ्यास करण्यात जन्म घालवूनसुद्धा तुम्हांला परमार्थ कळलेला नाही. तुमच्या मुलीच्या कृत्यामुळं तुमचं नुकसान झालं, तुमची पत्नी गमावली, कीर्तीला कलंक लागला. यामुळे

स्वत:च्या मुलीबद्दल तुम्हांला एवढा राग आला. तिच्या अविवेकाच्या एका क्षणाची किंमत तुम्ही पंचवीस वर्षांचं अविवेकी जीवन जगून करत आहात. तिची, तिच्या मुलीची विचारपूस न करता तुम्ही त्यांना वाऱ्यावर सोडून दिलंत. एका पापाची शिक्षा करण्यासाठी तुम्ही त्यांना अनेक पापं करण्याची संधी उपलब्ध करून दिलीत. तुमची मुलगी आता कुठं खातेऱ्यात लोळत असेल, आणि पापाच्या प्रत्येक घोटागणीस तुम्हांला शिव्या-शाप देत असेल.''

"नाही, नाही. देवाचे न्यायसुद्धा फार खोटे असतात. ती अगदी सुखात आहे. तिला वाटलं होतं, तिनं पत्र लिहिल्याबरोबर मी धावत तिच्या आश्रयाला जाईन. ग्वाल्हेरला असते वाटतं ती. शर्मा नावाच्या एका पंजाबी वकिलाशी तिनं लग्न केलंय. मोठी श्रीमंत आहे ती. दोन मुलं आहेत, बंगला आहे, गाडी आहे, नोकरचाकर आहेत. तिने मला लिहिलं होतं, तुम्ही आता म्हातारे झाला असाल, थकला असाल, तुम्ही हवंतर आमच्याकडे इथं राहायला या. तिला वाटलं, मी उल्लूसारखा जाईन तिच्या पत्राबरहुकूम.''

"तिच्या पत्रात तिनं आपल्या त्या मुलीचा उल्लेख केला होता का?''

"कसा करील? तिचं पाप झटकून टाकून ती केव्हाच मोकळी झाली.''

"उद्या समजा तिच्यासमोर तिची पूर्वजन्मीची मुलगी जाऊन उभी राहिली तर?''

"ते शक्य नाही. त्या मुलीला आपली आई कोण हे कळणार कसं? आणि जरी कळलं तरी कुणीही हे आपलं चालतंबोलतं पाप पत्करणार नाही.''

मनोरमेनं अंग चाळवले. क्षणभर तिच्या मनात आलं, आपल्या आयुष्याचं रहस्य या वृद्ध माणसापुढं उघडं करावं. आपल्या आजोबांच्या कुशीत शिरावं. या घरात आपली आई लहानाची मोठी झाली, वेदमंत्रांचा घोष घुमणाऱ्या या परिसरात तिचं बालपण सरलं, आणि इथंच तिच्या आयुष्यात तो मोहाचा अमंगल क्षण निर्माण झाला; ते हे आपलं आजोळ, आपले आजोबा हे सारं मोठ्यानं आपलं आहे, असं म्हणावं. परंतु हा धक्का या आपल्या वयातीत पितामहांना झेपणार नाही. नदीचा एक किनारा आता मला सापडला आहे, दुसऱ्या किनाऱ्याचा शोध बाकी आहे. तरी पण अभिमान वाटावा अशा या कुलात माझा जन्म झाला. पापाला पुण्याची थोडी का असेना किनार निर्माण झाली, हेच माझं भाग्य. ती झटकन उठली. तिनं पदर सावरला. त्या समोरच्या जराजर्जर माणसापुढे ती उभी राहिली. अंत:करणात ओसंडणाऱ्या आदराला वाट देण्यासाठी ती वाकली आणि तिने त्याला प्रणिपात केला. तिच्या या विचित्र वागण्यामुळं, ज्याच्या डोळ्यांतलं आश्चर्य कमी झालेलं नाही अशा त्या वृद्धाला तसंच मागे ठेवून मनोरमा घराबाहेर

पडली. आपल्याकडे आलेल्या मुलीचं आपल्याकडे काही काम होतं, त्याची तिला आठवण करून द्यावी, एवढ्याचसाठी तो वृद्ध तरुणाच्या तडफेनं पुढं आला आणि त्यानं पाठमोऱ्या मनोरमेला पाहिलं. त्या पाठमोऱ्या आकृतीत त्याला गायत्री दिसू लागली. गायत्रीच्या रूपानं या घराची भाग्यलक्ष्मी एकदा गेली, तेच भाग्य या घरात आज पुन्हा येऊन गेलं किंवा काय, असा संभ्रम त्यांच्या मनात उत्पन्न झाला. तिच्या बोलण्यातला अर्थ मग अवचितपणे त्याच्या डोक्यात आला.

"म्हणजे ही गायत्रीची मुलगी तर नसेल?"

*

उन्हं उतरणीवर आली होती. ग्वाल्हेर तिला अपरिचित होतं. तरीपण शर्मावकिलांचा पत्ता शोधणं फारसं अवघड नाही, हे तिच्या लक्षात आलं. या गावाच्या चमत्कारिक रचनेचं तिला कौतुक वाटलं. दिल्लीला जाताना ग्वाल्हेरच्या किल्ल्याभोवती वळत गाडी जाई, तेव्हा दिवाळीच्या किल्ल्याला शोभावा असा एकाकी डोंगरी किल्ला, झाशीवाल्या लक्ष्मीबाईंचं अखेरचं झालेलं रणकंदन आणि अवसान, या आणि अशा अनेक गोष्टींनी तिनं मन भारून गेलं होतं. त्या ग्वाल्हेरात ती आज पोचली होती. एका वकिलाची पाटी पाहून ती आत शिरली. एका पोरसवदा माणसानं पुढं होऊन तिचं स्वागत केलं.

"शर्मावकील कुठं राहतात, हे सांगू शकाल काय?"

"शर्मावकील? अहो, इथं पाचसहा शर्मावकील आहेत."

"त्यांचं वय पन्नाशीच्या आसपास असेल. त्यांचा गावाबाहेर बंगला आहे, गाडी आहे. बहुतेक पंजाबी असावेत ते."

"हां, हां! म्हणजे किशोरीलाल शर्मा तर!"

"ते मला माहीत नाही."

"तुम्ही सांगता त्यावरून किशोरीलालच. त्यांचा मुलगा माझ्या बहिणीच्या वर्गात आहे. थांबा हं. ए अवंती, जरा बाहेर ये."

एका-दोन क्षणांत चुणचुणीत डोळ्यांची एक मुलगी बाहेर आली. ती म्हणाली,

"काय भैया?"

"हे पाहा, या पाहुण्याबाईंना तुझा मित्र जयपाल शर्मांच्या घरी जायचं आहे. त्यांना काय माहिती हवी आहे पाहा."

"जयपाल, किशोरीलालांचा बेटा का?"

"जी. त्यांच्या आईशी ओळख आहे तुझी?"

"हो, फार चांगल्या आहेत. माझ्यावर फार प्रेम करतात."

"त्यांचं माहेर कुठचं?"

"ते मला माहीत नाही. पण त्या मराठी बोलतात चांगलं."

हात जोडून त्या दोघांना तिनं नमस्कार केला आणि ती म्हणाली,

"या टांगेवाल्याला सांगा, कसं जायचं ते."

पुढे होऊन त्या तरुणाने टांगेवाल्याशी काही बातचीत केली; आणि तो तरुण अदबीनं म्हणाला,

"आपण म्हणत असाल, तर मी घर दाखवायला येतो."

"नको नको. आपण कशाला तकलीफ घेता?" आणि ती बसताच टांगा पुढे चालू लागला.

संध्याकाळ अधिकच कलू लागली होती. छाया लांब लांब पडू लागल्या होत्या. चैतन्याला विश्रांती हवी होती. हळूहळू सावळं पांघरूण खांद्यांपर्यंत गुरफुटून सारं गाव विश्रांती घेणार होतं. माणसं आपल्या घराकडं लगालगा वळत होती. चित्रपटगृहे एका विजोड चैतन्यानं मुसमुसत होती. जुनाट गावातले खडखडणारे रस्ते व बाजारपेठा एका मलिन धुरकट आवरणात झाकून गेले होते. दिव्यांचे प्रकाश सृष्टी उजाळत नव्हते, तर तिचा मळकटपणा अधिकच उघडा करीत होते. ते आकाररहित गाव, त्यातली ती कलाशून्य घरं, अजागळ पेहराव यांमुळं ती अधिकच उदास झाली. प्रवासाचा शीण एकदम तिच्या अंगावर आला. तिला वाटलं, या टांग्यात असंच मुटकुळं करून झोपावं, टांग्याचा तालबद्ध झोला असाच झुलत राहावा, घोड्याच्या गळ्यातील घुंगरं अशीच वाजत राहावीत. जे आपल्या आईला कधी करता आलं नाही, ते आपलं बालपणीचं राहून गेलेलं कौतुक कोणीतरी आत्ता पुरं करावं, या घडीला, इथे. ती लहान झाली. क्षणभर ती हे विसरूनच गेली की हा अविरत प्रवास, हा शोध, हे सुखापासूनचं दूर पळून जाणं अद्यापी सुरू आहे. गेले महिने-दोन महिने भोगावा लागला असा हा त्रासदायक प्रवास, आशा-निराशांचा कडवट खेळ, मायेच्या स्पर्शांचा अभाव ह्या साऱ्यांनी तिच्या शरीरातल्या साऱ्या शक्ती खर्ची टाकत आणल्या होत्या. बंडखोर मन नवनव्या शक्ती पुन:पुन्हा तिच्या घटात आणून ओतत होत्या म्हणून ती उभीतरी होती. या साऱ्या एकाकी खटपटीत अर्थ होताही आणि नव्हताही.

टांगेवाल्यानं तिला हाक मारली, तेव्हा एकदम ती जागी झाली. तिनं समोर पाहिलं, तो एका छोटेखानी बंगल्याच्या शेजारी टांगा उभा होता. बंगल्यातली संपन्नता तिच्या सहज ध्यानात आली. बंगल्याबाहेर किशोरीलाल शर्मा, ॲडव्होकेट असा बोर्ड तिनं पाहिला. क्षणभर एका अद्भुत विश्वाच्या जाणिवेनं तिचं अंग

थरथरलं. ती तशीच पुढे गेली. दारावरची घंटा तिनं वाजवली. कोणीतरी नोकराणीनं दार उघडलं. तिला वाटलं होतं, की एकदम समोर येईल ती आईच असेल. नोकराणीनं बसायला सांगितलं आणि ती आत गेली. एक-दोन मिनिटांतच पडदा हलला आणि एका प्रौढ स्त्रीनं प्रवेश केला. तिच्या नजरेला नजर दिल्यानंतर पोशाखानं, स्वरानं फसवायचा चंग बांधला, तरी मनोरमेच्या लक्षात आलं की आपला रस्ता चुकला नाही. तिच्या बाहूंत अचानक स्फुरण आलं आणि एका विलक्षण उमाळ्यानं ती एकदम त्या वृद्ध स्त्रीच्या निकट गेली. अनपेक्षित अशा या अंगचटीने ती स्त्री भांबावली आणि मागे सरली, त्यामुळं वात्सल्यासाठी आसुसलेली ती हातांची फेक तशीच अधांतरी राहिली. काय करावं ते न सुचल्यामुळं आणि झालेल्या अनपेक्षित उत्साहभंगामुळे मनोरमा बावचळली. तिचा स्वर तिच्या ताब्यात राहिला नाही. आजवर थोपवून धरलेलं पाणी अगदी नकळत डोळ्यांबाहेर ओघळू लागलं. आपल्याकडून झालेलं भावनातिरेकाचं दर्शन तिला असह्य झालं. आपली हक्काची मिठी आपल्याला नाकारली गेली, रक्तानं रक्ताची ओळख दिली नाही, हा विषाद जागा होताच आजवरच्या साऱ्या लाचार अवस्था, अपमान खडसून एकदम जागे झाले; आणि आईच्या स्वागतासाठी उभारलेले हात तिनं मागे घेतले आणि ती म्हणाली,

"मी इथं आले म्हणून तुला राग आला असेल; पण निदान मला तू ओळखलं तरी आहेस का?"

"नाही. कोण तू?"

"आठव. तुझं जन्मग्राम आठव. तो पवित्र कृष्णेचा परिसर आठव. त्या ठिकाणी तुला झालेला मोह आठव. त्या मोहानं आपलं पितृकुल तू उद्ध्वस्त केलंस. तुझी आई तुझ्या त्या कृत्यामुळं हे जग सोडून गेली. परंतु त्या मोहाच्या क्षणाचं पारितोषिक तुझ्या उदरात वाढत होतं. एका अंधाऱ्या रात्री, एका अनाथ आश्रमात तू ते पाप झटकून मोकळी झालीस. तुला वाटलं, आपला आणि त्याचा संबंध काय? त्या जिवाची काय अवस्था झाली असेल हे समजून घेण्याची आपली जबाबदारी कुठं आहे, तेच ते पाप परमेश्वराने निर्मिलेल्या हवापाण्यावर वाढून आपल्यापुढं उभं राहील, अशी तुला कुठे कल्पना होती? तुला असं कधी वाटलं नाही, की ज्याचा काही अपराध नाही असा एक चिमणा जीव आपण या कठोर राक्षसी दुनियेत फेकून देत आहोत. सारे कावळे त्या निराश्रित, निरपराध मांसाच्या गोळ्यावर टोचे मारतील. काय अपराध होता त्या चिमण्या जिवाचा?"

"म्हणजे तू-तू ऽऽऽ"

"हो, जो मरून जावा, अज्ञातात जिरून जावा अशी तू इच्छा केलीस, तोच तुझ्या पापाचा पुरावा तुझ्यापुढं उभा आहे."

"कशावरून? तू हे कुभांड कशावरून रचत नसशील? काहीतरी स्वार्थानं माझं रहस्य शोधून काढून माझी बदनामी करण्याचा तुझा विचार असावा!"

"शी, शी, शी! तू हे काय बोलतेस याची कल्पना आहे का? स्वार्थांध होऊन वात्सल्याचा तू अपमान करते आहेस!"

"पण तू इथं आलीस कशाला? काय हवं आहे तुला माझ्यापासून? तुला पैसे हवे असतील, तरीसुद्धा मी तुला देते. पण तू क्षणभरसुद्धा इथं थांबू नकोस! तू जर कोण आहेस हे इथं कळलं, तर मोठ्या कष्टानं उभारलेलं हे छोटंसं घर बरबाद होईल."

"आई, तू चुकून आई झालीस. गेली वीस-पंचवीस वर्षं मी या जगात कशी काढली, हे विचारावं असंसुद्धा तुझ्या मनात आलं नाही? तुला दिसला तो नागडा स्वार्थ, स्वतःची सुरक्षितता. मी शोधीत आले होते माझी आई; पण मला आई कधीच नव्हती, हे आता माझ्या ध्यानात आलं."

समोरची ती प्रौढ स्त्री क्षणभर अचल उभी राहिली. तिच्या मनात अनेक विचारांचं थैमान चाललं होतं. ती कुठंतरी दुखावली होती हे खरं; परंतु काहीच सांगण्याचं तिला सामर्थ्य नव्हतं, इतकी ती अगतिक दिसत होती. काय बोलावं, कसं उत्तर द्यावं, समोरच्या या मुलीला शांत कसं करावं, हे तिच्या लक्षात येईना. तेवढ्यात मनोरमा म्हणाली,

"मी काही मागायला आले नव्हते. परमेश्वरकृपेनं कुणापाशी काही मागावं अशी गरजच मला उरलेली नाही. मी केवळ माझी 'आई' पाहायला आले. तू मला नाकारलंस, तरी मी तुला नमस्कार करते. त्याला तरी नाही म्हणून नकोस." आणि ती गर्विता त्या स्त्रीपुढं नम्र झाली. इतका वेळ ठेवलेल्या अलिप्तपणाला आपोआप तडा गेला. नाकारलेल्या मुलीला जवळ घेण्यावाचून गत्यंतरच नव्हतं.

*

पंजाब मेलमधून मुंबईच्या परतीचा प्रवास करीत असताना पांघरुणात गुरफटून मनोरमा खिडकीला रेलून, डोळे मिटून पडून राहिली होती. खरं म्हणजे ती आता स्वस्थचित्त झाली होती. आईने तिला त्या रात्री घरी ठेवून घेतलं. आपल्या लांबच्या बहिणीची मुलगी म्हणून ओळख करून दिली व ज्या वेळी सर्व निजानीज झाली त्या वेळेस त्या दोघी जेव्हा एकमेकींच्या मिठीत झोपल्या, त्या वेळेस मनोरमेला पुन्हा एकदा बालपण गवसलं. ती तिच्या वक्षांत डोकं

खुपसून कितीतरी वेळ रडत राहिली, मग हसत राहिली, खुदखुदत राहिली. आपलं बालपण, नंतर शिक्षणासाठी केलेला आटापिटा, मुकुंदाची झालेली गाठभेट, आपला लाडका अनिरुद्ध या साऱ्यांच्या गोष्टी सांगताना काय सांगू आणि काय नको, असं तिला झालं होतं. दादाजींच्या आठवणी सांगताना तिच्या आईच्याही डोळ्यांत पाणी आलं. कारण दादाजींनी तिच्यावर केलेलं ऋण ती विसरू शकतच नव्हती. आपल्या हकीकती सांगता सांगताना आईलाही ती बोलके करी. आपले भाऊ त्यांना भाऊ असं उघड म्हणता येत नसलं, तरी कसे आहेत, काय करतात हे विचारताना तिचे औत्सुक्य पाहून गायत्रीबाईंना आपल्या मुलांचा, त्यांच्या या थोरल्या बहिणीचा परिचय करून द्यावा, असा मोह झाला; पण तो मोह अर्थातच क्षणिक होता. आपल्या नशिबात असलेला हा परदेशी संसार - निदान हातरी असुरक्षित होता कामा नये, अशा जाणिवेनं तो मोह आपोआपच गिळला गेला. आपल्या बीजाचं हे मोहोरलेलं समृद्ध स्वरूप पाहून गायत्रीसुद्धा मनात विरघळली. आपल्या अंत:करणात जागा झालेला हा सुखाचा गहिवर बाहेर बोलून दाखवायचीही सोय नाही, यामुळं मात्र तिला अवघडल्यासारखं वाटत होतं.

रात्रभर गोष्टी चालूच होत्या. चारचे टोले पडले, तेव्हा मात्र त्या बोलायच्या थांबल्या. आपल्या मुलीच्या केसांवरून हात फिरवीत, तिला थोपटत गायत्री पंचवीस वर्षांपूर्वीच्या आपल्या कालखंडात फिरून आली.

झोप लागलेल्या आपल्या मुलीला जाग येणार नाही, इतक्या हलक्या पायांनी गायत्री बंगल्याच्या परसदारी आली. अजून अंधार अवकाशात भरून राहिलेला होता. चमचमणाऱ्या चांदण्या, पहाटेचं चैतन्यदायी वारं आणि सूक्ष्मपणे ऐकू येणाऱ्या काकड आरतीचा घंटानाद यांमुळं ती परमेश्वरी शक्तीपुढं लीन झाली. स्वार्थी मनानं आणि भीतीनं आपण मनोरमेच्या बाबतीत न्यायानं वागलो नाही, याबद्दल तिनं परमेश्वराची करुणा भाकली. पाठीमागे कसला तरी एक आवाज झाला, तो शर्माजी उभे होते. आपल्या बायकोला इतक्या पहाटे असं एकट्यानं आकाशाकडं पाहत असलेलं पाहून ते चकित झाले. ते तिच्याजवळ आले. त्यांचा स्पर्श होताच गायत्रीची अस्वस्थता संपली. पहाटेच्या या सुखद वातावरणत शर्माजींच्या डोळ्यांतली ती निराळी चमक तिच्या ध्यानात आली. गेल्या वीस-बावीस वर्षांत याच पुरुषाच्या मिठीत सर्वस्व वाहूनही आपण हव्या तेवढ्या त्याच्याशी एकरूप झालो नव्हतो, हे विदारक सत्य ध्यानी येऊन त्यांना कसंसंच वाटलं. अपराधी जाणिवेनं शर्माजींच्या हातात गायत्रीने हात दिला आणि त्यांच्या संकेतमय स्पर्शांना धरून ती शयनगृहात आली. शर्माजींच्या मिठीतच

जयपाल आणि जमुना तिच्या आयुष्यात आले आणि अतृप्त तरीही समृद्ध असं हे तिचं आयुष्य त्या सर्वांनी तिला दिलं; परंतु या क्षणाला ते सारं खोटं वाटलं. पंचवीस वर्षांपूर्वीच्या मेणवलीच्या घाटावर भेटलेला केशव मलकानी. त्याच्या संगतीत घालवलेले वाई, महाबळेश्वरचे ते अद्भुत दोन मास आणि कापराप्रमाणे आपल्या आयुष्यातून त्याचे अदृश्य होणे हे सारं तिच्यासमोर साक्षात उभं राहिलं. केशवच्या डोळ्यांतील तो खोल निळावा जसाच्या तसा मनोरमेच्या डोळ्यांत आलेला पाहून केशवची तिला तीव्रतेनं आठवण झाली. केशवने तिला फसवले, असं तिला म्हणता येत नव्हतं; परंतु पर्यायानं त्यानं तिला फसवलं होतं, हेही खोटं नव्हतं. एका जुनाट वळणाच्या गावात, शास्त्री-पंडिताच्या एका मुलीला असं अधांतरी सोडून जाणं, हा काही कमी प्रतीचा गुन्हा नव्हता.

पण त्याच्यावरचा तो राग शिल्लक राहून उपयोग नव्हता. आता उरल्या होत्या त्या त्याच्या कुरळ्या केसांच्या आठवणी आणि त्याच्या संगतीत घेतलेले सुखाचे पहिले घोट. आता या घटकेला शर्माजी तिच्या शरीराशी झटापट करीत होते. पण तिला वाटलं, तो केशवच आहे. तिच्या मनात आलं, आता केशव कुठं असेल, काय करीत असेल? त्याला आपली आठवण होत असेल काय आणि आठवण होत असेल तर आपल्याबद्दल प्रेम उरलं असेल काय? शर्माजी आपल्या तृप्तीचा ढेकर देत होते, त्या वेळी गायत्रीही आपल्या सुखाच्या दुनियेत मशगूल होती. सुखदु:खांच्या ज्याच्यात्याच्या कक्षा वेगळ्या असतात. एकाच सुखात भागीदारी करणाऱ्यालाही दुसऱ्याच्या सुखाची कल्पना येऊ शकत नाही. गायत्री केशवला उद्देशून आता लटका प्रतिकार करीत म्हणत होती, 'पुरे ना आता!' या उद्‌गारांचं आपल्या उतरत्या तारुण्याला जणू आव्हान समजून शर्माजी मात्र पुन्हा भरात आले होते. ही विचित्र असली तरी गोड फसवणूक होती.

गाडीत पडल्या पडल्या आईच्या तोंडून आपल्या बापाबद्दल ऐकलेल्या पुष्कळ गोष्टी मनोरमा आता आठवत होती. कसलाही संकोच न धरता गायत्रीनं मनोरमेला बापाच्या रंगारूपापासून सर्व लकबी सांगितल्या. केशव मलकानी, ॲडव्होकेट कापडिया, यांच्याकडे त्या वेळी काम करीत असे. त्या वेळेस त्याचा पत्ता उल्हासनगरच्या निर्वासित कॉलनीत होता. पण या पत्त्यावर केशव मलकानी या नावाचा कोणी गृहस्थ राहत नव्हता, हेही तिला कळलं. मनारेमेच्या जन्मानंतर गायत्रीनं केशव मलकानीचा शोध करण्याचा खूप प्रयत्न केला; परंतु तिला तो शोध काही लागू शकला नाही. एवढ्या अशिक्षित मुलीला मुंबईसारख्या गावात पत्ते काढीत जाणं शक्य झालं नाही. आपण फसवले गेलो आहोत, हेही तिच्या

लक्षात आलं. तिनं त्याचा शोध करण्याचा नाद सोडून दिला. योगायोगाने त्या तपासात उल्हासनगरच्याच कॅम्पमधल्या तरुण ॲडव्होकेट शर्मा याच्याशी तिची गाठ पडली आणि केशवचा शोध सोडून देऊन तिनं त्याच्याशी लग्न केलं. मुंबई सोडून ग्वाल्हेरला स्थिर होण्याचा त्याचा बेत तिनं उचलून धरला.

केशव मलकानीचं चित्र डोळ्यांसमोर आणण्याचा मनोरमा आता प्रयत्न करीत होती. खरं म्हणजे आईच्या सांगण्यानंतर त्याचा शोध लागण्याची शक्यता तिला आता वाटत नव्हती, आणि त्याची आवश्यकताही तिच्या मनात उरली नव्हती. आपल्या आईबापांचं कुलशील तिला माहीत झालं होतं. तिच्या लेखी ते पुरेसं होतं; तरीपण एवढ्या प्रयासानंतर चालू केलेला हा शोध असा अपुरा टाकण्याऐवजी आणखी थोडे यत्न करून तो सफल व्हावा, अशी आकांक्षा तिच्या मनात स्फुरली, आणि आईच्या वत्सल स्पर्शाने गेल्या कित्येक दिवसांच्या परिश्रमाचा आता उपमशही झालेला होता. मात्र अडचण ही होती, की केशव मलकानी या प्रचंड सागरात अदृश्य झालेल्याला वीस-पंचवीस वर्षं झालेली होती. पण तिच्या दोन गोष्टी लक्षात आल्या. केशव मलकानी हा वकील होता आणि वकिली व्यवसायात सिंधी लोक एवढे म्हणण्याइतके नाहीत. शिवाय त्याचं नाव जरी काहीही असलं, तरी त्याचं वय पंचेचाळीसच्या पुढं असणार नाही. शिवदासानीकाकांच्या मदतीनं हे काम आपल्याला चटकन करता येईल. एकतर गेली अनेक वर्षे ते ज्युडिशिअरीत आहेत; शिवाय ते सिंधी निर्वासित आहेत. ॲडव्होकेट कापडिया यांच्याकडे काम करणारा पंचेचाळीस वर्षांपेक्षा अधिक मोठा, मुख्य म्हणजे आपला बाप शोभेल असा, माणूस शोधून काढणं थोड्या परिश्रमानंतर जमू शकेल, असं तिला वाटलं. खाण्यापिण्याबद्दल उदासीन झालेली मनोरमा आपलं औदासीन्य सोडून जीवनातील सर्व सुखास्वाद घेण्याच्या मन:स्थितीत येऊ लागली. या प्रवासात तिला आपल्या घराची ओढ तीव्रतेने भासू लागली. आपलं घर, आपला अनिरुद्ध आणि आपला जिवापाड प्रेम करणारा सोबती मुकुंद हे सारं या घटकेला तिला हवंसं वाटलं. तिच्या मनातले मळभ दूर होऊन आयुष्याची सारी पायवाट सुटलेल्या गणितासारखी सुबोध आणि सरळ वाटू लागली. आता तिला बरं-वाईट असं सर्व आयुष्य आठवू लागलं आणि जसं होतं ते तसंच हवंही वाटू लागलं. आयुष्यातल्या साऱ्या जखमा भरून निघाल्या असून खुली, मोकळी हवा अंगाला लागू द्यावी, अशा विचारानं तिचं मन सैरभैर झालं.

मुंबईत येताक्षणीच ती कथॉलिक क्लबच्या रेस्ट हाउसमध्ये उतरली; आणि तिनं शिवदासानीकाकांना फोन केला. फोनवर अर्थात शिवदासानी भेटले नाहीत.

अजून ते कोर्टातून आलेले नव्हते. पण केव्हाही येण्याची शक्यता होती. तिनं आपला फोननंबर देऊन ठेवला आणि शिवदासानींच्या फोनची ती वाट पाहत बसली. तो काळ अकारण अस्वस्थतेचा गेला. वास्तविक तिनं वासंतीबाईंकडेच उतरायला हवं होतं. एकतर मुकुंदाच्या लग्नात जो काही दुरावा आला होता, तो अनिरुद्धच्या जन्मानं केव्हाच दूर झाला होता. एवढंच नव्हे, तर वासंतीबाई आणि त्यांचे यजमान यांनी मनोरमेचं खूप कौतुकही केलं होतं; परंतु ज्या चिंतेनं व्याकूळ होऊन मनोरमेनं घर सोडलं, त्या बाबतीत पुढं काय घडलं याची मनोरमेला काहीच कल्पना नव्हती. आपल्या अशा आकस्मित परागंदा होण्यानं आपल्या कुटुंबात आणि परिवारात काय काय गैरसमज पसरले असतील, यासंबंधी तिच्या मनात सदैव खळबळ चालू होती. जसजसे घराकडे परतण्याचे तिचे विचार बळावू लागले, तसतसे आपण केलेल्या कृतीचे गांभीर्य तिच्या लक्षात आलं. आपल्या कुलशीलाचा विचार न करता आपल्याला स्वीकारणाऱ्या मुकुंदाच्या मनात यामुळे काही विकल्प तर येणार नाहीत ना, या भयाने ती चिंताक्रांत झाली.

पण या साऱ्या शंका आणि आक्षेप मनात चुरचुरत असताना एका बाजूने ती समाधानीही होती. समाधानी अशासाठी, की एकाकी प्रतिकूल अवस्थेत तिनं केलेल्या यत्नांना यश मिळालं होतं. आता उरलेला हा शेवटचा धागाही उलगडला तर सोन्याहून पिवळं झालं असतं.

फोन आला म्हणून चटकन ती उठली आणि फोनजवळ गेली. शिवदासानींचा आवाज तिनं ओळखला.

"मी शिवदासानी. आपला फोन आल्याचं कळलं म्हणून हा परत फोन करतोय."

"मी कोण असेन ओळखा पाहू?"

"आवाज ओळखीचा वाटतोय- खूप खूप ओळखीचा वाटतोय; पण नक्की ओळख नाही पटत."

"हरलात?"

"हो. तसं म्हणायला हरकत नाही."

"मी मनोरमा - मुकुंदाची बायको."

"अरे! तू केव्हा मुंबईत आलीस? आणि हा फोननंबर कुठला? हा काही तुमच्या घरचा फोन नाही."

"होय, मी आजच आले आणि अजून घरी गेलेच नाही. कदाचित जाणारही नाही."

"काय म्हणतेस? थांब. बाबासाहेबांना फोन करून सांगतो. ते आणि वासंती तर तुझं एवढं कौतुक करतात, की बोलून सोय नाही. परवाच मी गेलो होतो जेवायला. तेव्हा नातवाचं कौतुक ऐकून मलासुद्धा हेवा वाटला.''

"ते खरं आहे काका; पण मी का फोन केला हे तरी विचाराल का नाही?''

"अर्रर, ते मात्र चुकलं हं! आम्हां म्हाताऱ्यांचं असंच होतं. बरं, आता सांग बघू काय काम आहे ते?''

"असं फोनवर नाही सांगता येणार.''

"अगं मग घरी ये ना! माझं घर काय तुम्हांला परकं आहे? माहीत आहे ना, मी कुठं राहतो ते?''

"इश्श! काका, माहीत नसायला काय झालं? तुम्ही एवढे मोठे हायकोर्ट जज्ज!''

"बरं, ते जाऊ दे. किती वेळात येतेस सांग?''

"ही मी निघालेच.''

"इथे पोचायच्या आत आमच्या दिनकरला असे गरम पकोडे करायला सांगतो की बस्स्!''

"माझ्या तर आत्ताच तोंडाला पाणी सुटायला लागलंय.''

मनोरमेनं फोन खाली ठेवला. का कुणास ठाऊक, ती अकस्मात रोमांचित झाली. मायेच्या चित्रविचित्र धाग्यांनी कुणीतरी आपल्याला वेढून टाकलंय, असं तिला वाटलं. या प्रचंड अवकाशात एकटं भ्रमण करीत असताना थकावटीच्या वेळेस जरा मागं नजर टाकावी, तो आपल्या पावलांबरोबर चालणाऱ्या सोबत्यांचा लांबच लांब थवा दृष्टीस पडावा, आणि मग इतका वेळ आपण एकटे नव्हतो, हे अवकाश तेवढं दुर्लंघ्य नव्हतं, दृष्टीसमोर असलेलं क्षितिज तसं फार दूर नसून चार भराऱ्यांच्या पल्ल्यात आहे असं वाटावं, तसाच काहीसा कृतार्थतेचा अन् सामर्थ्याचा स्पर्श तिला झाला. हे असं का होतंय, आपल्याभोवती कुठल्यातरी अद्भुत शक्तीचं वलय का घुटमळू लागलंय, हे जरी तिला कळत नसलं तरी त्या अद्भुताच्या स्पर्शानं ती मोहरून आली होती. तिच्या गळ्यातून आपोआप लकेर उमटली. पावलांना आपोआपच तालबद्ध स्फुरण चढू लागलं. रस्त्यात खोळंबा करणारी गर्दी आणि वाहतूकसुद्धा अपरिहार्य वाटू लागली, सुखावह वाटू लागली. आपल्या ह्या दिव्य जाणिवेचा स्पर्श आपण दुसऱ्याला करून द्यावा, अशी एक वेडसर कल्पना तिच्या मनात चमकून गेली.

शिवदासानींच्या बंगल्यात तिची टॅक्सी जेव्हा शिरली, तेव्हा प्रसन्नवदन

शिवदासानी तिला सामोरे आले. तिनं टॅक्सीवाल्याचे पैसे काढून द्यायच्या आधीच इतक्या लगबगीत त्यांनी पैसे काढून दिले, की तिला 'नाही-हो' म्हणायलासुद्धा फुरसत मिळाली नाही. तिला घेऊन ते घरात गेले. त्यांच्या घरात अशी ती प्रथमच येत होती. वास्तविक यापूर्वी या घरी तिचं कितीतरी वेळा आगत-स्वागत व्हायला हवं होतं; परंतु मध्यंतरी ज्या घडामोडी झपाट्यानं झाल्या त्यामुळं, आणि आरंभीच्या काळात मुकुंदाने कुटुंबाशी केलेल्या बंडखोरीमुळं ते शक्य झालं नव्हतं. याची जाणीव अर्थात शिवदासानींना होती. कारण ती आत येताच ते तिला म्हणाले,

"तुझं असं एकट्यानं स्वागत करताना मला मुळीच आनंद वाटत नाही. वास्तविक मुकुंद आणि तू लग्न झाल्या-झाल्या माझ्याकडं यायला हवे होतात. माझा तो अधिकार आहे. पण तुम्ही पोरं कुठला अधिकार मानताय?"

"नाही काका, असं मुळीच नाही. तुम्हांला माहीत आहे, मुकुंद तुम्हांला किती मानतो ते!"

"आणि तू?"

"माझं काय काका, मुकुंदाची मी एक सावली आहे. त्याचं सुख ते माझं सुख. त्याच्या आवडी त्या माझ्या आवडी. आणि खरं सांगू काका? वडीलधाऱ्या माणसांचा मला सहवास मिळालेला नाही. परंतु पार्टीच्या दिवशी तुम्हांला मी प्रथम पाहिलं, तेव्हाच मला तुम्ही आवडलात– फार फार आवडलात.'

"बरीच लबाड आहेस हं! वासंती म्हणत होती की, तू मुकुंदाला मुठीत ठेवलायस म्हणून. याचं कारण मला आता समजलं. मधात घोळल्याप्रमाणं गोडगोड बोलून खूश केल्यावर हा मुकुंदाच काय, पण तो स्वर्गातला मुकुंद-घननीळसुद्धा तुझ्यावर प्रसन्न होईल."

"मला तो मुकुंद घननीळ मुळीच नको आहे. या माझ्या मुकुंदावरच मी खूश आहे."

"अरे खरंच, मुकुंदाची फॉरेन टूर काय म्हणते? मनहरशेठ त्याच्यावर फार खूश आहेत हं! माझी खात्री आहे, की एक दिवस मुकुंदाला ते बरोबरीचा भागीदार करून घेणार, मुकुंदही लेकाचा गोडबोल्या आहे. त्याच्यावाचून गोस्वामीचं एक पानही हालत नाही. काय म्हणतोय तुझा लाडका मुकुंदा–"

क्षणभर काय उत्तरं द्यावीत, हे मनोरमेला कळेना. दोन महिने आपण घराबाहेर आहोत, हे वास्तविक शिवदासानींना माहीत असायला हरकत नाही. पण त्यांच्या बोलण्यात तसा उल्लेख कुठंच येत नव्हता, शिवाय अनिरुद्धच्या

आजाराबद्दल त्यांना काही माहिती नसावी, हेही तिला आश्चर्यकारक वाटले. या दोन महिन्यांत त्याच्या आजाराचं वर्तमान मिळवण्याचाही आपण ही यत्न केला नाही, याबद्दलही तिचं तिलाच आश्चर्य वाटलं. संभाषणाचं वळण आपल्याला हव्या त्या दिशेनं निघण्यासाठी कोणता पवित्रा घ्यावा, हे तिच्या लक्षात येईना. शिवदासानींच्या गोष्टीवेल्हाळपणाबद्दल ती ऐकून होती आणि त्याचं प्रत्यंतर आता ती स्वत: घेत होती. तिला अज्ञात असलेल्या मुकुंदाच्या बालपणीच्या अनेक गोष्टी त्यांनी सुनवल्या. तिच्या एक गोष्ट लक्षात आली, की त्यांच्याशी सारखं बोलत राहण्याच्या लकबीत मनाचा कुठंतरी गेलेला तोल सावरण्याचा यत्न असावा. मधेच ते एकदम गंभीर होत, पण क्षणभरच. आणखी एक नवा मुखवटा धारण करीत ते पुन्हा शब्दजंजाळात गुंतून जात. त्यांच्या त्या खेळकरपणाच्या काठाकाठाला कुठं तरी औदासिन्याची लकेर चमकून जाई. त्यांच्या त्या अविरत गोष्टींतून अनुभवसंपन्न माणसाला हलकेच एखादा विव्हळ सुस्कारा ऐकू येई.

*

दिनकरनं आणलेले पकोडे खाऊन झाले, चहा पिऊन झाला आणि का कुणास ठाऊक, झोपेतून जागे व्हावे त्याप्रमाणे शिवदासानी एकदम चमकून अबोल झाले. त्यांच्या त्या मुग्ध गांभीर्याबरोबर खोलीतील वातावरणही बदलले. निसर्ग आणि मनुष्य यांची एकतानता असते, असं म्हणतात. निसर्गातील बदलांप्रमाणे मानवी मनाचं स्पंदनही होत असलं पाहिजे. निसर्ग स्निग्ध असतो, तेव्हा मनुष्यही जास्त उबदार असतो. संध्याकाळ जास्त जास्त गडद होऊ लागली, खोलीतही विद्युद्दीपांची गरज भासू लागली, समुद्रावरून येणारा वाराही पडला किंवा पोटात गेलेल्या अन्नानंही सुस्ती आली. काहीही असो, संभाषण एकदम थांबलं. कुठेतरी खोलवर जखम वाहू लागली, वेदना होऊ लागली की जसं डोळ्यातलं तेज मंद व्हावं, तसंच संभाषणाचंही असतं.

"माफ कर हं, तू एवढी दिल्लीहून मुंबईला आलीस, आपल्या घरीसुद्धा गेली नाहीस, आल्या आल्या मला भेटायला धावलीस, महत्त्वाचं काम आहे म्हणालीस, तरीसुद्धा तुला मी अनेक भाकडकथाच सांगितल्या. आता सांग, तुझं काम काय आहे?"

"मला तुमचं साहाय्य हवं आहे."

"कशासाठी?"

"मला एका माणसाचा शोध लावायचा आहे. तो शोध लागणं माझ्या दृष्टीनं फार महत्त्वाचं आहे. मला त्या माणसाकडून खूप हिशेब चुकते करवून

घ्यावयाचे आहेत.''

''काय नाव त्या माणसाचं?''

''त्याचं नाव कदाचित खोटं असेल, जशी त्याची करणीही खोटी. तुमच्या मदतीनं मी त्याचा शोध लावू शकेन, अशी माझी खात्री आहे. पंचवीस वर्षांपूर्वीची गोष्ट आहे. त्या वेळेला तो तरुण वकील होता. एका नामांकित वकिलाच्या हाताखाली काम करीत होता. कोर्टाच्या कामानिमित्त तो वाईला गेला होता. तिथं त्याची एका तरुण मुलीची गाठ पडली...''

''कुणाबद्दल बोलतेस तू हे?''

''त्याच दुष्ट, लबाड माणसाबद्दल, ज्यानं एका तरुण मुलीला फसवलं आणि मग तो परागंदा झाला.''

''मग काय झालं त्या तरुण मुलीचं?''

''ती तरुण मुलगी मात्र फशी पडली आणि आयुष्यातून उठली. खरंतर कृष्णामाईच्या पोटातच शिरण्यावाचून तिला गत्यंतर नव्हतं, किंवा थोबाड रंगवून सार्वजनिक मालकीची वस्तू होण्यावाचून तिच्यापुढं पर्याय नव्हता. पण तिचं दैव थोर म्हणून तिला आयुष्य संपवावंही लागलं नाही किंवा अब्रूही विकावी लागली नाही.''

''मनोरमा, तुझी आणि त्या स्त्रीची काय ओळख?''

''ते कसं सांगू काका तुम्हांला? काही नाती निराकार असतात. त्यांना नावही नसतं. परंतु ती असतात. एवढंच नव्हे, तीच नाती खरी असतात काका! तुमचाही एकदा प्रेमभंग झाला होता, असं मी ऐकलं होतं. खरं आहे ते?''

''हां. प्रेमभंग त्याला म्हणता येणार नाही. पण आता तू सांगितलीस तशी काहीशी हकीकत माझ्या आयुष्यात घडली आहे. माझी एका तरुण मुलीशी गाठ पडली होती. करायला नको होतं ते सारं आमच्या हातून घडलं. मी एक निर्वासित, शरणार्थी. मला या असल्या विलायती हौशी परवडण्यासारख्या नव्हत्या. माझं सारं भवितव्य घडायचं होतं. तिला फसवायची कल्पना माझ्या मनात मुळीच नव्हती; पण कामानिमित्त मला एकदम बडोद्याला जावं लागलं अन् मी परत आलो, तेव्हा ती मुलगी बेपत्ता झाली होती. मग मी आपणहून खोड्यात अडकायचं नाही, असे ठरविले. एका ब्राह्मण कुटुंबातल्या एका मुलीशी मी लग्न केलं असतं, तर मी कदाचित आजच्या पदवीला पोचलोही नसतो. पण आता मात्र वाटतं की जे काही मला मिळवल्यासारखं वाटतंय, ते सारं खोटं होतं. नदीकाठच्या त्या आणाशपथा, महाबळेश्वरच्या रानावनांतून केलेली साथसंगत, ऑर्थर सीटच्या रुद्र कड्यावरून हातांत हात घालून एकत्र मरण्याची काव्यमय

कल्पना एवढंच आयुष्यात खरं होतं. त्या मुलीशी मी असा भेकडासारखा का वागलो, हे मला अजून कळत नाही. पण सुरक्षिततेच्या, उत्कर्षाच्या मोहानं मी एका अश्राप मुलीचा सत्यानाश केला, ही गोष्ट मात्र मी कधीही विसरणार नाही. कदाचित असंही असेल, तिच्या शापामुळं माझ्या आयुष्यात दु:खाशिवाय काहीही आलं नाही. माझं हे एकाकीपण मला खायला उठतं; परंतु ते मला भोगलं पाहिजे. तिच्या वाट्याचं सुख मी ओरबडून घेतलं, म्हणून माझ्या वाट्याचं सुख दैवानं ओरबडून नेलं असावं.''

''काय होतं हो, त्या मुलीचं नाव?''

शिवदासानी एकदम जुन्या काळात गेले. प्रतीक्षा करणारे एका तरुण मुलीचे दोन डोळे त्यांच्यासमोर आले. आपलं अनमोल स्त्रीत्वाचं भांडार प्रियकरावर विसंबून राहून प्रियकरासाठी खुलं करणारी ती गूढ स्त्रीची आकृती त्यांच्या नजरेसमोर येऊन उभी राहिली आणि का कोणास ठाऊक, त्यांच्या देहाला कंप सुटला.

शिवदासानींच्या चेह‍र्‍याकडे मनोरमा पाहत होती. त्यांच्या अंगाला कंप सुटलेला पाहताच ती झटकन जाग्यावरून उठली आणि त्यांच्याजवळ जाऊन तिनं त्यांच्या मस्तकावरून हात फिरवला. तिच्या हाताचा स्पर्श जाणवताच शिवदासानी भानावर आले, परंतु तिच्या स्पर्शानं सुखावलेल्या त्यांच्या मनाला कसलाही व्यत्यय नको होता. ती म्हणाली, ''काका, काय झालं तुम्हांला?''

''तसं काही विशेष नाही. थोडीशी चक्कर आल्यासारखं वाटलं.''

''थोडं पाणी देऊ का?''

''दिनकरला हाक मार. तो देईल आणून.''

''दिनकर कशाला हवाय एवढ्याशा कामाला?'' आणि शिवदासानींची परवानगी मिळण्यापूर्वीच मनोरमा लगबगीनं आतल्या खोलीत गेली. तिला पाठमोरी पाहताच शिवदासानींच्या मनात आलं, काय विलक्षण साम्य आहे हिच्यात आणि गायत्रीत! आता गायत्री कोठे असेल? गायत्री पवित्र, तेजस्वी, गायत्री मंत्रात वाढलेली. तिची स्वप्नं लहान होती पण खरी होती. असं अधांतरी आपण सोडून दिल्यामुळं त्या असहाय मुलीचं काय झालं असेल? तारुण्यातली स्वप्नं पाहता पाहता भीतीने आणि स्वार्थाने एका काचपात्राचा आपण चुराडा केला. जगात पुष्कळ अन्याय पैसे टाकून दूर करता येतात, पुष्कळ दुखणी चार मायेच्या शब्दांनी बरी होतात; परंतु तरुणपणाची स्वप्नं चुरगाळणं यासारखं पाप नाही, कारण ही फुलं एकदाच फुलायची असतात. या बागेत एकच पहाट यायची असते आणि एकदाच त्या प्रकाशाचं दर्शन त्या कळीला घडायचं असतं, नचपेक्षा

पुढे असतो अंधार. कृत्रिम प्रकाशातसुद्धा फुलं फुलतात परंतु त्या तशा फुललेल्या फुलांना गहिरे रंग, उन्मत्त सुगंध आणि आंतरबाह्य टचटचीतपणा नसतो.

मनोरमा म्हणाली त्याप्रमाणे गायत्री कदाचित सुखात असेल. संसारात रमलेलीही असेल. मी नाही का रमलो? मनुष्यजात कोडगी असते हेच खरे. शिशिर येतो. कडाक्याच्या थंडीत सारं झाड निष्पर्ण होतं. झाडांचा जीवनरस आटला, असंच वाटतं. वठलेल्या त्या उघड्याबोडक्या ओंडक्याकडे पाहून वाटतं की सर्वनाश झालाय, पण जमिनीच्या मुळात खोलवर गेलेला आणि अस्तित्वासाठी धडपडणारा अंकुर अश्रूंच्या पाण्यावर जिवंत राहतो. वसंत येतो आणि त्या लाकडाला, सैरभैर वाळलेल्या सालीतून कुठंतरी हुळहुळी भरते, अंजिरी पानांचे तुरे डोकावू लागतात, आणि बघता बघता ते लाकूड मोहरून जातं, आणि हिरव्या रंगातून पुन्हा जीवनाचा शोध सुरू होतो. माणसाचं कोडगेपण असंच काहीतरी असलं पाहिजे. न पेलणारे प्रहार, असह्य असे आघात, ही साडेतीन हात उंचीची माणसे सहन कशी करतात? आणि आपदांचा पाणलोट निघून गेल्यावर लव्हाळ्यासारखी पुन्हा कशी उभी राहतात?

मनोरमा गांगरून गेली. शिवदासानींच्या चेहऱ्यावरचा पांढुरकेपणा पाहून ती चिंताग्रस्त झाली. एखादं अतीव दुःख दीर्घकाळ सहन केल्यानंतर यावा, असा भाव त्यांच्या चेहऱ्यावर दिसू लागला होता. प्रसन्नतेच्या नाटकाचा मुखवटा गळून पडला आणि आतल्या जवळ असलेल्या आगीची चाहून लागली. त्यांना थोडं भानावर आलेलं पाहताच मनोरमा म्हणाली,

"काका, हा विषय मी काढायला नको होता. तुमच्या कुठल्यातरी जुन्या दुःखाची आठवण काढून मी तुम्हांला मनस्ताप दिलाऽऽऽ"

"नाही नाही, मुळीच नाही. कुठल्याही पापाला पश्चात्तापाशिवाय दुसरी कोणतीही शिक्षा नाही. या जगात उघडकीला आलेल्या सर्व पापांसाठी न्यायालये उघडली आहेत, आणि आम्ही न्यायाधीश तिथं बसून न्यायनिवडा करतो, शिक्षा करतो आणि ती शिक्षा भोगल्यानंतर तरी त्या गुन्ह्याची काही अंशी निष्कृती होते. अर्थात खऱ्या अर्थानं कोणत्या गुन्ह्याला काय शिक्षा असावी, याबद्दल परमेश्वराचे नियम वेगळे असले पाहिजेत. आपणा पामरांना ते कळणं शक्य नाही. मानवी न्यायालयानं माझ्या गुन्ह्याचा निवाडा केला नाही, तरी परमेश्वरानं मात्र तो निवाडा निश्चित केला. मला कुणाचं प्रेम लाभलं नाही. मी लग्न केलं, ती बायको लाभली नाही, मूलबाळ झालं नाही, आणि हे निरर्थक एकाकी आयुष्य भोगणं मात्र माझ्या नशिबी आलं. गायत्रीला मी दुःख दिलं..."

"कुणाला म्हणालात तुम्ही काका?"

"त्या मुलीला - गायत्रीला."

"नाही नाही. ती गायत्री असणं शक्यच नाही."

"पण का, तुला काय माहीत?"

"त्या गायत्रीला तर मलकानी नावाच्या माणसानं फसवलं होतं. कुणी केशव मलकानी म्हणून एक वकील होता."

"तोच तो चांडाळ मी. ते नाव खोटं होतं."

"पण ही गायत्री..." आणि बघता बघता मनोरमेला मूर्च्छा आली आणि ती शिवदासानींच्या पायांपाशी पडली. हे असं अकस्मात आणि विपरीत काय घडलं, याचं आश्चर्य करण्याऐवजी डॉक्टरना बोलावून तिला शुद्धीवर आणण्याच्या खटपटीस शिवदासानी लागले. आपल्या स्वत:च्या दु:खाचा क्षणभर त्यांना विसर पडला; आणि या चिमुरड्या मुलीचा आजार तरी काय असेल, या शंकेनं ते मात्र उगाचच बावरून गेले. तिच्या चेहऱ्याकडे पाहताना त्यांना पुन्हा गायत्रीची आठवण आली, आणि तिच्या आठवणीने त्यांच्या डोळ्यांत अश्रू उभे राहिले. ज्या अश्रूंसाठी मनोरमा वणवण करीत हिंडत होती, ते अश्रू तिच्या अंगाखांद्यांवर ओघळत होते. दुर्दैवानं तो सोहळा पाहण्यासाठी ती मात्र जागी नव्हती.

*

रात्र किती झाली हे भानावर आलेल्या मनोरमेला कळलं नाही. मनगटावरचं घड्याळ बंद पडलं होतं. एका अपरिचित अशा बेडरूममध्ये आपण झोपलो आहोत, हे तिच्या ध्यानी आलं. तिने इकडंतिकडं चमकून पाहिलं, तो आरामखुर्चीत अवघडून झोपलेले शिवदासानी तिला दिसले. त्यांच्याकडे पाहताच तिला सारं काही आठवलं. त्यांनी सांगितलेल्या शब्दांचा अर्थ तिच्या बधिर मेंदूला कळायला थोडा वेळ लागला; पण तो अर्थ लक्षात येताच तिला वाटले, ते बोलले ते जर खरं असेल, तर मग ऽऽऽ, हे तर आपले वडील– ज्यांच्या शोधाचा ध्यास घेतला आणि जगाची उपेक्षा सहन केली. अकस्मात तिच्या अंत:करणात वर्षानुवर्षं जतन केलेला क्षोभ जागा झाला. याच पुरुषाने आपल्या आईची प्रतारणा केली, आपल्याला सैरभैर वाऱ्यावर सोडलं आणि सुंदर अशा तारुण्याला अमंगल असा डाग लावला. हाच तो नराधम ऽ ऽ ऽ! पण अखेर हा माझा पिताच नाही का! याच्या पापपुण्याचा हिशोब मी कोण करणार? केलेल्या पापाच्या अग्नीत रोज अश्रूंची आहुती टाकून पश्चात्तापाने जळणाऱ्याकडे मी कोणत्या तोंडाने जाब मागणार?... मी कोण, या जगाशी माझं नात काय? या देहाचा कणन् कण

त्यांच्याच मालकीचा नाही का. माझी विचारशक्ती, विवेकशक्ती, रागलोभ, गुणदुर्गुण या साऱ्यांवर बाबा, तुमच्या निःश्वासांची छाया उमटलीय. सावली का वस्तूवर रागावते? फळं का झाडावर रागावतात? आणि माझा अधिकार तरी काय? फूल कसं फुलावं, फळ कसं धरावं हे ठरवणारी मी कोण? कदाचित ते असंच फुलावं असाच हेतू असेल. शतजन्मांच्या या प्रवासात मी केवळ साखळीचा एक एक पेड आहे. कुठेतरी भरकटणाऱ्या एका आत्म्याला कायारूप लाभलं, याबद्दल मी कृतज्ञ राहायला हवं! बाबा, मी तुमची मुलगी आहे; पण मला तुम्ही आपली मुलगी म्हणाल का?

श्रांत अवस्थेत निद्रित असलेल्या आपल्या बापाकडं तिचं लक्ष गेलं. काल पाहिले त्यापेक्षा आता ते खूप म्हातारे दिसत होते, खचलेले दिसत होते. स्त्रीच्या मनात सदैव वास करणाऱ्या मातृत्वाच्या ऊर्मीनं तिला वाटलं, की समोर निद्रित झालेलं हे बालकच आहे... चाचरलेलं, बावरलेलं! प्रथम काय करायला हवं असेल, तर ते या मुलाचं संगोपन.

एका कर्तबगार, बुद्धिमान, विद्यासंपन्न बापाची आपण लेक आहोत, या विचाराने तो अधिकच सद्गदित झाली. आपले आई आणि बाप असे सुदृढ, निरोगी असताना आपल्या अपत्यावर दुःखाची छाया का पडावी? पण असे होणार नाही. आपल्याला भीती वाटते असा कोणताही रोग त्याला होणार नाही, आणि दुर्दैवानं झाला तर आता आपली मान खाली जाणार नाही. आई म्हणून आईचा आधार मिळाला नाही, तरी आईचे आशीर्वाद पाठीशी असतील आणि अशा पुरुषोत्तम बापाची सावली मिळाली, तर मला आणखी हवं आहे तरी काय?

मुकुंद, अनिरुद्ध. या घटकेला तुम्ही हवे आहात रे मला, या घटकेला!

*

त्या क्षणापासून तिच्या डोळ्यांपुढं आपलं घर, आपला नवरा, आपला अनिरुद्ध सारखे भिरभिरू लागले. ज्या घराच्या भल्यासाठी हा सारा शोध चालू होता, तो शोध अवचितपणे संपला. मागे ज्या पार्टीच्या वेळेस शिवदासानी जवळ आले होते, तेव्हा त्यांच्या डोळ्यांतल्या एक स्निग्ध आपुलकीने तिच्यावर मोहिनी घातली होती. त्या मोहिनीचं रहस्य तेव्हा जरी तिला कळलं नाही, तरी तिला आपल्या रक्ताची हाक तेव्हापासून कुठंतरी जाणवत होती. आतातर तिचे वडील तिच्या शेजारी होते, आणि त्यांनाही आपल्या आयुष्यात मायेच्या माणसाची अतीव गरज होती. मुकुंदाला जेव्हा हे सारे कळेल, तेव्हा त्याला ही एक अरबी

भाषेतील सुरस गोष्टच वाटेल. योजूनसुद्धा इतक्या अकल्पित गोष्टी कुणाच्या आयुष्यात घडत नाहीत. तर्क आणि सुजाणता या दोन्हीही गोष्टींवर अवलंबून जगाचे व्यवहार कुठे चालतात? हा सारा लुटूपुटीचाच खेळ असतो- एका अदृश्य अशा बालिकेनं मांडलेला. तिच्या मनात असते तोपर्यंत आपली ही बाहुला-बाहुली नियमाला धरून वागतात; पण अकस्मात तिची लहर फिरते आणि मग काय वाटेल ते निर्णय आपल्याला घ्यावे लागतात. तिला कंटाळा आला, की हा लुटूपुटीचा खेळ काही सूचना न देता ती संपवते आणि मग चैतन्यदायी वाटणारी ही मातीची बाहुली निर्जीव होऊन सांदी-कोपऱ्यांत पडते.

बाप-लेकीचा अनेक वर्षांचा हिशेब चुकता व्हावयाचा होता; आणि काय सांगावं, किती सांगावं, याला मर्यादा फक्त काळाचीच होती. आता मनोरमेला घरची ओढ लागली आहे, हे शिवदासानींच्या लक्षात आलं, आणि म्हणून कितीही हवी झाली, तरी मुलगी इथं ठेवून घेता येणार नाही, तिला सासरी पोचवलीच पाहिजे, या विचाराने त्यांनी सारे मायापाश आवरले, आणि तिला स्वत:च दिल्लीला घेऊन जायचं ठरवलं. सुप्रीम कोर्टावर त्यांची जी नियुक्ती होणार होती, त्याबाबतही त्यांना काही कळलेलं नव्हतं. दिल्लीला जातोच आहोत तर तेही काम होईल, असा त्यांचा हिशेब होता. त्याचप्रमाणे वत्सलाबाईंना भेटावं, दादासाहेबांचा आणि पर्यायानं कानिटकर कुटुंबाचा केवळ जुना परिचित मित्र एवढंच आता आपलं नातं राहिलेलं नाही; तर आपल्या व्याहीपणाच्या या नव्या नात्याचा गौप्यस्फोट स्वमुखानं करायची त्यांना इच्छा होती. मनोरमेनं आग्रहाने सांगितलं म्हणून तिच्या आईचा- गायत्रीचा- उल्लेख कोठेही येऊ द्यायचा नाही, हे त्यांनी मान्य केले. गायत्री कुठे आहे, ती काय करते, या गोष्टींचा अनेक विनवण्या करून आपल्या बापाला मनोरमेनं पत्ता लागू दिला नाही. स्त्रीच्या दु:खाची कल्पना एकवार तिनं भोगलेलीच होती. आता या दु:खाचा प्रवास कुठेतरी थांबवायचा, असं तिनं ठाम ठरविलं होतं. मात्र केव्हातरी आपल्या आईला ग्वाल्हेरला जाऊन एकट्यानं भेटायला हवं आणि सारं सारं काही सांगायला हवं, असं तिला वाटलं. ज्याचे कायदाविषयाचे विद्वत्मान्य ग्रंथ आपल्या घरी आहेत, ज्या पुस्तकाचा आधार वेळी-अवेळी आपला नवरा घेतो, तो चारू शिवदासानी हाच आपला केशव मलकानी हे जेव्हा आईला कळेल, तेव्हा ती केवढी फुलून जाईल! जगनिंदेची पर्वा न करता आपल्या पित्यानं आपला स्वीकार केला ही गोष्ट जेव्हा आपल्या आईला कळेल, तेव्हा तिची सारी पापे, सारी दु:खे क्षणार्धात जळून जातील. खालच्या मानेनं एका परदेशी

संसारात बुडून गेलेली ती करुणामय स्त्री तिच्या डोळ्यांसमोरून हलेना. अशाही संसारात तिची टापटीप, नेटकेपणा, सौंदर्यदृष्टी जर एवढी जागी होती, तर मग ज्याच्यावर तिनं प्रेम केलं त्या आपल्या या बुद्धिसंपन्न बापाशी संसार करताना ती किती मोहरून आली असती, या विचाराने ती व्यथित झाली. आपला जन्मसोहळा कितीतरी कौतुकानं साजरा झाला असता. घोडागाडीतून नोकरचाकरांच्या बरोबर आपण फिरलो असतो, आयुष्याचा आनंद लुटला असता. आईबापांच्या वत्सल मिठीत कणाकणानं फुलत आपल्या आयुष्याचे पुष्प अधिक दरवळले असते. देवानं आपल्याला हा सुखाचा घास का मिळू दिला नाही?

पण आईबाप नव्हते, लहान मुलाला हवी असते ती माया-ममता नव्हती, तरी देवानं आपणास काय कमी केलं? दादाजीसारखा प्रेमळ धर्मपिता, फादर जोहानसारखा पालक, मुकुंदासारखा सहचर हे त्या परमेश्वरानंच आपल्याला नाही का दिले? माता-पित्यांपेक्षा त्या परमात्म्याची मायाच अधिक उबेची. आईबाप काळजी घेणार नाहीत एवढ्या दक्षतेनं तो सर्वांची काळजी घेतो. आई-बापांच्या शोधासाठी मी वेडी झाले होते, तेव्हा तो मला हसला असेल. म्हणाला असेल, जे जे तुला हवं होतं त्या त्यापेक्षा मी तुला अधिक दिलंय. अधिकाची अपेक्षा केलीस, तर आहे हेही नाहीसे होईल.

विमानात शेजारी बसलेली मनोरमा एकदम थरथरली का, हे शिवदासानींच्या लक्षात आलं नाही. तिच्या मनात काहीतरी अशुभ आलं आणि त्या अशुभामुळं तिचा थरकाप झाला, हे त्यांना कसे कळणार? डोळे मिटून झोपेचं सोंग घेणाऱ्या मनोरमेकडं त्यांनी पाहिलं. तिच्या चेहऱ्यावर अशी चिंतामग्नता का दिसावी, हे त्यांना कळलं नाही. त्यांनी हलकेच पातळशी शाल तिच्या अंगावर टाकली. रात्रीच्या गूढ अंधारात अवकाश कापीत निघालेला तो गरुडपक्षी अनेक निद्रित उतारू घेऊन चालला होता आणि आपण एकटेच जागे आहोत, यामुळं त्यांना अधिक अस्वस्थ वाटत होतं. एकटेपण असह्य झाल्यामुळे त्यांनी आपल्या मुलीच्या हातावर हात ठेवला आणि ते एकदम दचकले. त्यांनी दचकून मनोरमेकडं पाहिले, तेव्हा त्यांना गायत्रीच शेजारी बसलेली आहे असं वाटलं. पंचवीस वर्षांपूर्वी शेजारी-शेजारी ज्या आणाशपथा घेतल्या, जे सुखसंवाद केले त्याची ही परिणती पाहून त्यांना परमेश्वरी वागण्याचा अर्थच कळेनासा झाला. एका अनृताला एवढं रसरशीत फळ कसं यावं, याचंच त्यांना आश्चर्य वाटलं. तेवढ्यात विमान खाली उतरू लागण्याची सूचना झाली. उतारूंत हालचाल सुरू झाली होती. पट्टे आवळण्याच्या सूचना मिळालेल्या होत्या. हलक्या हातांनी शिवदासानींनी मुलीला

जागं केलं. कारण नसताना दोघेही हसले.

आपल्या घराला आपण परत आलो, यशस्वी होऊन आलो, हा आनंद तिच्या डोळयांत दिसत होता. आता सुख आणि समाधान यांशिवाय आपल्या आयुष्यात काही नाही, असं तिला वाटत होतं. पण तिच्या हे लक्षात नव्हतं, की लुटूपुटीच्या खेळातला त्या अदृश्य बालिकेचा रस आटला होता.

*

अजून उजाडलेलं नव्हतं. विमानतळ मात्र प्रकाशानं न्हाऊन निघालेला होता. परदेशातून विमान येण्याची हीच वेळ असल्यामुळं स्वागतासाठी पुष्कळ माणसं हजर होती. विमानतळाचा तो चकचकीत नाटकीपणा, पहाटेची प्रसन्नता वाढवीत होता. अवकाशात सूक्ष्म प्रकाशकिरण जाणवू लागले. चमचमणाऱ्या तारकापुंजांना आकाशाचं छत सावरून धरलं होतं. आयुष्याकडे निराळ्या दृष्टीने पाहणाऱ्या मनोरमेला तीच ती दृश्ये आता नव्या सौंदर्याने संमोहित झाल्यासारखी वाटत होती.

विमानतळाच्या बॅगेज काउंटरवर शिवदासानी आणि मनोरमा पोचली त्या वेळेस अनाउन्सरने एक घोषणा केली,

''आम्हांला कळविण्यास वाईट वाटतं... फ्लाइट ३०७ लंडन-बॉम्बे व्हाया कैरोचे 'अवकाश' हे हवाईजहाज बेपत्ता झालेले आहे. अद्यापि त्याचा शोध लागलेला नाही. रात्री तीन वाजता त्याचा आणि आमचा संदेशसंबंध तुटला असून त्याचा ठावठिकाणा कळलेला नाही. त्याच्या शोधासाठी सर्वत्र संदेश आणि मदत पाठवलेली आहे. हे विमान पाच वाजून पंचवीस मिनिटांनी दिल्ली विमानतळावर यावयास हवे होते. त्या विमानाने येणाऱ्या उतारूंची यादी आणि तपशील कंट्रोलरूमच्या डाव्या बाजूच्या पर्सर रूममध्ये पाहावयास मिळतील. तरीसुद्धा हे विमान अपघातात सापडले आहे किंवा समुद्रात बुडाले आहे, असे म्हणता येत नाही. अधिक माहिती येताच आम्ही ती विनाविलंब जाहीर करू.''

ही घोषणा होत असताना एरोड्रोमवरील वातावरण एकदम बदलले. या विमानानेच येणाऱ्या उतारूंच्या स्वागतासाठी पुष्कळ मंडळी जमलेली असली पाहिजेत. कारण या घोषणेने कठड्याजवळ प्रतिक्षा करणाऱ्या समुदायात एकदम धावाधाव सुरू झाली.

शिवदासानी आणि मनोरमा या बातमीने क्षणभर सुन्न झाले, पण व्यवहाराने माणसाला पुष्कळ गोष्टींकडे दुर्लक्ष करण्याचे शिक्षण दिलेले असते. आपल्या बॅग्ज ताब्यात घेऊन ते विमानतळाच्या बाहेर आले. मुकुंदा परदेशात गेला तेव्हा त्याला निरोप देण्यासाठी आलेल्या प्रसंगाची मनोरमेला आठवण झाली. गाडीतून

उतरता उतरताच त्याने हलकेच तिचे चुंबन घेतले होते. वडीलधाऱ्या माणसांच्या समोर भावनावेग अनावर होऊ नये, म्हणून त्याने मनोरमेचा गाडीत घेतलेला निरोप तिला झटकन आठवला. त्या आठवणींनी तिच्या अंगावर सरसरून रोमांच उभे राहिले. ही असली चमत्कारिक आठवण या क्षणी आपल्याला का व्हावी, हे तिला कळले नाही. शिवदासानीही तिच्या अवस्थेकडे आश्चर्याने पाहत राहिले. मुकुंदाची एवढी तीव्र ओढ याच क्षणी आपल्याला का लागावी, याचा ती विचार करीत होती. आपलं पत्र त्याला पोचल्यानंतर तो रागावला असेल किंवा दौरा अर्धवट टाकून परतलाही असेल. आपण खरं पाहता तो परत येईतोपर्यंत घर एकटं सोडून अनिरुद्ध आणि आई यांना एकटं सोडून इतके दिवस दूर राहिलो, हे त्याला आवडणार नाही. एकवेळ आपल्या अज्ञात जन्मरहस्याबद्दल त्याने क्षमा केली असती, नव्हे केली– त्याच्या औदार्याचा आपल्याला विसरही पडलेला नाही. परंतु कोणत्यातरी अगम्य पण अत्यावश्यक अशा कारणासाठी आपण गृहत्याग केला, चर्चेची त्याला संधी दिली नाही, साहाय्याची अपेक्षा केली नाही, या गोष्टीची तो क्षमा करू शकेल का?

करील, निश्चित करील. आपल्या प्रेमापेक्षा त्यानं कोणतीही गोष्ट मोलाची मानलेली नाही. आपल्या उणिवेची कळत नकळत मतभेदाच्या किंवा रागाच्या वेळीसुद्धा त्यानं कधी याद होऊ दिली नाही. उलटपक्षी, आपल्या समजुतीसाठी, समाधानासाठी त्यानं जो जो युक्तिवाद केला, त्यासाठी तरी आपल्याला कृतज्ञ राहण्यावाचून अन्य उपाय काय? आईबापांच्या शोधासाठी आपल्या अंत:करणात का क्षोभ उठला, हे आपण त्याला समजून सांगण्यात यशस्वी होऊ.

तिचं अंग थरारलं. आपलं घर, आपला अनिरुद्ध यासाठी ते जसं रोमांचित झालं, त्याचप्रमाणे मुकुंदाच्या मनोवेदनेमुळे अन् अपेक्षाभंगामुळे थरारलं. आपण कुणाला न कळवता सवरता ज्या साहसाला बाहेर पडलो, त्या साहसाच्या रोमांचकारी अनुभवाला आता तडे गेले.

टॅक्सी घराच्या दिशेनं झपाट्यानं चालली होती, तितक्याच झपाट्यानं अनंत विचार तिच्या डोक्यात भिरभिरत होते. त्या विचारांना नव्हता आकार, नव्हत्या मर्यादा. तिच्या डोक्यात विचारांचं हे असं भ्रमण चालू असताना टॅक्सी थांबली. अजूनही अंधारात झोपलेलं तिचं घरकुल तिनं पाहिलं. आतुरता आणि अस्वस्थता यांमुळं ती घुटमळली आणि केवळ सवयीनं खाली उतरून घरात शिरून पायऱ्या चढू लागली.

या पायऱ्या चढताना नव्यानंच प्रवेश करणाऱ्या नववधूप्रमाणे तिच्या

अंतःकरणात कुतूहल, आशा आणि भीती यांचं थैमान सुरू झालं. तिनं घंटा वाजवली. दोन-तीन सेकंदांत दिवे लागले आणि रामचरणने दार उघडलं. मालकिणीला पाहताच तो हसला. आश्चर्यानं त्याचे डोळे थोडे विस्फारले आणि मालकिणीच्या आगमनाची सुवार्ता कळविण्यासाठी तो आत धावपळ करीत गेला. खरं म्हणजे त्याच्या प्रश्नोत्तरानंच वत्सलाबाईंना जाग आलेली होती. सुनेचा आवाजही त्यांनी ओळखला होता. त्याही लगबगीनं जिना उतरून खाली आल्या. सासू-सुनेची दृष्टादृष्ट होताच दोघींनी एकमेकांना जोखण्याचा प्रयत्न केला. निर्भय, तेजस्वी, ताठ मानेनं उभ्या असणाऱ्या आपल्या प्रसन्नवदन सुनेकडे पाहून त्यांच्या डोळ्यांतला त्रासिक भाव कणाकणाने विरघळून गेला; आणि पाया पडण्यासाठी वाकलेल्या सुनेला त्यांनी पोटाशी घेतलं आणि त्या सद्‌गदित आवाजात एवढंच म्हणाल्या,

"आलीस! तुझी वाट पाहत पाहत आम्ही दिवसाचा क्षणन्‌ क्षण घालवीत आहोत. आता अनिरुद्ध कसा बापासारखा दिसू लागलाय ते पाहा."

असं म्हणता म्हणता वत्सलाबाईंचं लक्ष शिवदासानींकडे गेलं आणि त्या आश्चर्यानं उद्‌गारल्या,

"तुम्ही? तुम्ही केव्हा आलात? आधी पत्रबित्रं तरी टाकायचं की नाही? म्हणजे गाडी पाठवली असती."

"पत्र कसलं पाठवताय वहिनी. या तुमच्या सुनेला धरून परत आणताना काय त्रास पडलाय म्हणून सांगू!"

"कसला त्रास पडलाय तुम्हांला?"

"अरे, हो. सांगायचं राहूनच गेलं, वहिनी, तुमचं आणि आमचं जुनं नातं तुटलं बरं का!"

"ते का?"

"अहो, मैत्रीपेक्षा व्याहीपणाचा मान मोठा की नाही!"

"आहे ना! पण आता आमच्या कुटुंबात व्याही म्हणून येणार तो अनिरुद्धचा सासराच."

"छे छे! इतकं लांब नको जायला. अनिरुद्धचा आजोबा हाही तुमचा व्याहीच की!"

"अहो, तेच तर दुर्दैव आहे. मुकुंदाच्या आणि मनोरमेच्या लग्नाला माझा विरोध तर तेवढ्यासाठीच होता. अहो, अनिरुद्ध मध्ये आजारी पडला, त्याच्या पायांवर कसलेसे डाग आले, तेव्हा मी घाबरून गेले. मी त्याला डॉक्टरला दाखवायला

नेलं. सूनबाईंना वाटलं, आपल्या आईबापांचा पत्ता नाही, मुलाचं रक्त कोणत्या कुळातून आलेलं माहीत नाही म्हणून मी शंकाकुल झाले. त्यामुळे सूनबाई मनातून खट्टू झाली आणि समुद्रात पैसा शोधावा तसं आपल्या आईबापांच्या शोधाला गेली, आणि गमतीची गोष्ट अशी चारुभाई, की डॉक्टरांनी दोनतीन इंजेक्शन्स दिली आणि अनिरुद्ध खडखडीत बरा झाला. कॅलशियम का फॉस्फरस काहीतरी कमी झालं होतं त्याच्यात म्हणे! हल्लीच्या पोरी अशा धांदऱ्या असतात की बघा! आठ दिवस दम काढला असता तर नसती वाचली का ही विनाकारण पायपीट?''

"विनाकारण का? ती ज्या शोधाला निघाली, तो शोध तिला लागला. तिला तिचे आईबाप सापडले.''

"कुठे आहेत ते मग?''

"आई काही इथं येऊ शकणार नाही. कारण तिला इथं आणणं शक्य नाही; पण बाप मात्र एका पायावर तुम्हांला भेटायला तयार आहे.''

"मग? तो का आला नाही?''

"आलाय की!''

इकडेतिकडे बघत वत्सलाबाईंनी आश्चर्यानं विचारलं,

"कुठं आहे?''

शिवदासानी हसले आणि म्हणाले,

"इथंच आहे की!''

वत्सलाबाईंच्या आश्चर्याला पारावार राहिला नाही. तेव्हा शिवदासानी हसले आणि म्हणाले,

"तुम्हांला थोडा धक्का बसेल वहिनी...''

"कशाबद्दल सांगताय तुम्ही...?''

"होय, मनोरमा माझीच मुलगी. तो एक मोठा इतिहास आहे. सांगीन केव्हातरी. आधी आम्हांला आमचा नातू दाखवा बघू.''

मनोरमा आतल्या खोलीत केव्हा अंतर्धान पावली, हे दोघांना कळलंही नव्हतं. जिना चढून अनिरुद्ध झोपलेल्या खोलीत ती दोघं पोचली, तेव्हा झोपलेल्या अनिरुद्धावर आपला पदर टाकून मनोरमा डोळे मिटून पडलेली त्यांना दिसली. आपलं कुतूहल दाबून ठेवीत दोघेही मागं परतले. मायलेकांचं विरहदुःख संपेपर्यंत थांबण्याइतका त्यांना धीर होता. शिवाय वत्सलाबाईंना चारुभाईंकडून ते सांगणार असलेली रहस्यमय हकीकतही ऐकायची होती.

*

मनोरमेला जाग आली, तेव्हा खोलीत सर्वत्र प्रकाश झाला होता. आपल्या कुशीत आपलं चिमणं बाळ आहे, आपल्या सुरक्षित घरात आपण आहोत, या जाणिवेनं जाग येऊनही तिला उठावंसं वाटेना. अनिरुद्धच्या निरोगी पावलांना आपल्या वक्षांनी कुरवाळीत त्याच्या मखमाली गालांवरून ती आपले गाल फिरवीत होती. या तृप्त आनंदाच्या क्षणात तिला मुकुंदाची आठवण आली आणि मग त्याची आपण काहीच चौकशी केली नाही, या विचारानं प्रक्षुब्ध होऊन ती एकदम उठली आणि पायऱ्या उतरून खाली आली.

ती खाली येतेय या चाहुलीनेच खोलीतले वातावरण बदलले नि मनोरमेने आईच्या आणि शिवदासानींच्या डोळ्याला डोळा देताच तिला कळून चुकले, की काहीतरी बिघडले आहे. अकस्मात प्रहार झाला आहे. एवढ्याशा अवधीत असे घडले तरी काय, हेच तिला कळेना. वत्सलाबाई आणि आपले वडील यांत काही मतभेद झाले म्हणावे, तर तसेही नव्हते. दोघे बोलतच नव्हती. सुन्न झाली होती. नुकत्याच उघडलेल्या पहाटेला मळभ कसे आले?

प्रश्नार्थक मुद्रेने तिने आपल्या पित्याकडे पाहिले. त्यांच्या डोळ्यांत विलक्षण असहायता होती. अपार करुणेत विलक्षण आघाताने जखम झाली होती. वयोमानाने ते अगोदरच प्रौढ दिसू लागले होते. अवघ्या पंधरा-वीस मिनिटांत असे घडले तरी काय? त्या बुद्धिमान डोळ्यांतले सारे तेज निघून कसे गेले?

ती जवळ आलेली पाहताच शिवदासानी सोफ्यावर सरकले व त्यांनी तिला जागा करून दिली. ती हलकेच पित्याशेजारी बसली. तिला त्यांनी जवळ घेतले. तिच्या पाठीवर हात ठेवला. त्या हाताची थरथर तिला जाणवली,

ती म्हणाली, ''काय झालं? असे अस्वस्थ का दिसता?''

शिवदासानींनी बोलण्याचा यत्न केला. तो सफल झाला नाही. तिने वत्सलाबाईंकडे पाहिले. त्यांनी मान खाली घातली आणि त्यांच्या डोळ्यांत तर अश्रूच दिसू लागले. असह्य झाल्यामुळे मनोरमेने चिडक्या आवाजात विचारलं, ''झालंय तरी काय तुम्हांला? काही सांगा ना!''

''तुला मन घट्ट करायला हवं, मनू. कदाचित कळलंय ते खोटं ठरण्यासारखेच आहे. अजून नक्की तर काही नाही...''

''काय... कशाबद्दल म्हणताय तुम्ही?''

''आज मुकुंदा येणार नव्हता. पण गोस्वामी काही कामासाठी लंडनला गेले होते. त्यांच्याबरोबर त्याने एकदम यायचं ठरवलं.''

''बरं मग–''

“आणि बातमी अशी आहे की अपघात झालेल्या विमानात मुकुंद असावा.”

“काय? काय मुकुंदा... शक्य नाही. शक्य नाही- शक्य नाही. माझा मुकुंदा... नाही, नाही बाबा, खरेच देव एवढा दुष्ट असेल का?”

हमसाहमशी आक्रंदणाऱ्या मनोरमेला शांत करणे कोणालाही शक्य नव्हते. मुकुंदाबद्दलच्या त्या शंकेखोर वार्तेने तिला जो धक्का बसला, त्याने ती होरपळूनच गेली. ती बोलेचना-रडेना. डोळे ताठ करून ती आकाशाकडे बघत राहिली.

स्वत:चा शोक आवरून वत्सलाबाईंनी तिला जवळ केले. तिने बोलावे, शोक हलका करावा म्हणून यत्न केले. छोट्या अनिरुद्धाला त्यांनी तिच्या कुशीत दिले. एखाद्या परक्या वस्तूकडे पाहावे तसे तिने त्याच्याकडे पाहिले. त्याला तिने जवळ घेण्याचे नाकारले. ती कोणाशीच बोलेना.

दिवस उलगडू लागला. आनंदाने भरलेल्या घरात विलक्षण औदासीन्य पसरले. दुपारच्या सुमारास गोस्वामी कुटुंबातील धाकटे गोस्वामी आले. त्यांनी आधी फोन केला होता. विमानाचा तपास चालू आहे आणि कदाचित विमानाचे फोर्स्ड लँडिग झाले असावे. कदाचित सर्वजण सुरक्षित असण्याची शक्यता त्यांनी व्यक्त केली.

ते दिलासा देऊन गेले. वातावरण थोडे निवळले. मुकुंदा कदाचित जिवंत असेल, तो भेटू शकेल या कल्पनेनेसुद्धा कोरड्या पडलेल्या मनोरमेच्या डोळ्यांत पाणी साकळले. मानवी सुखदु:खांची चाहूल तिथे आली.

बापाच्या मिठीत ती शिरली अन् म्हणाली, “इतकी का मी दुर्दैवी आहे बाबा? माझा भूतकाळ मला मिळाला अन् भविष्यकाळ करपून गेला. मी तरी असं काय पाप केलंय–”

शिवदासानी मुलगी बोलू लागली यातच खूश होते. ते म्हणाले, “असं होणार नाही. जर तुझ्या आयुष्यात अंधारच यायचा होता, तर तुझी अन् माझी गाठच पडली नसती. देवावर भरवसा ठेव. तो निश्चित असे करणार नाही. मुकुंदा नक्की सुखरूप आहे. तो आल्यावाचून राहणार नाही–”

“खोटी आशा कशाला दाखवता बाबा? माझा वर्तमान सुखाचा होता. मी वेडी त्यावर संतुष्ट नव्हते. मला सर्वच सुख ओरबाडून खायचे होते. अधाशी डाकिणीप्रमाणे. माझ्या नशिबी देवाने हे भवितव्य देऊन मला शिक्षा केली–”

“असा धीर सोडून चालणार नाही, आणि त्या दोन गोष्टींचा काय संबंध मनू? उगाच मनाला त्रास करणाऱ्या तर्कसंगती जोडणे हे काही शहाणपणाचे लक्षण नाही–”

"कसली संगती, कसला तर्क? सारा खेळ खलास झालाय. मी अथपासून अखेरपर्यंत कमनशिबी हेच खरे! माझ्यामुळे आई सुखी नाही– तुम्हांलाही काही सुख लाभले नाही– माझ्या या नव्या घरालाही काही सुख लागले नाही. काही माणसे दु:खासाठी जन्म पावतात अन् दु:खच पसरवतात. अशा माणसांनी सुखी लोकांची ही दुनिया सोडून जायला हवं. खरेच बाबा, मला वाटतंय या जगण्याला अर्थ नाही–"

"वेडी आहेस. जगण्याचा अर्थ तू अन् मी कोण ठरवणार? या प्रचंड उलथापालथीत तू काय, मी काय, मुकुंदा काय... किती क्षुद्र कण! जरा वादळ आले की धुराळा उडतो अन् हे कणही उडतात. त्यांना नसते दिशा, नसतो आकार, नसतो भूत, नसते भविष्य. वादळाच्या एका लाटेवर स्वार व्हायचं. जाऊ तेथे पोचायचे, पडून राहायचे. पुन्हा वादळ आले की पुन्हा उडायचे अन् पुन्हा पडून राहायचे. आपल्याला वाटते की आपण उडतो, आपण ठरवून उडतो. खोटे, अगदी खोटे! हे दिशाहीन आयुष्य जगणे हेच आपले आयुष्य."

"नाही– माझ्या आयुष्याला दिशा आहे. ते दिशाहीन नाही. जिथल्या मातीत मुकुंदा मिसळला असेल, जिथल्या पाण्यात त्याचा देह विरघळला असेल– जिथल्या ज्वालेत त्याचा देह होरपळला असेल, तीच माझी दिशा. माझे आयुष्य आता तिकडे जाणार. मला नाही भूतकाळ. नाही भविष्यकाळ. मला नव्हता पिता, नव्हता पुत्र. मी चालले. मी मुकुंदाकडे जाणार."

तिच्या या वेडसर आक्रोशाला शिवदासानींनी चतुरपणे आवर घातला. मन काय, भरकटायचे तसे भरकटते. थांबवावे तर थांबते, आणि मग आगसुद्धा थंड होते. शोकाचा वेडा वेग थांबला, की मग विवेक सुचतो. त्यातूनही आशांकुर निर्माण होतात. शेवटच्या अशक्यप्राय आशा तंतूवर माणूस लोंबकळत राहतो. आणि या लोंबकळण्यातूनच भविष्य उगवते.

रात्री अनिरुद्धाच्या मिठीत मुकुंदाला आठवीत मनोरमा पडली होती, तेव्हा कोणीतरी– नव्हे तिचे वडीलच तिला हाका मारीत होते. त्यात एक वेडसर उन्माद होता. मुकुंदाच्या मनोभेटीतून जागे होऊन पृथ्वीवरच्या गोष्टी पटवून घ्यायचा तिचा बिलकूल विचार नव्हता. पण त्या स्वरातील उन्माद तिला खडबडून जागे करून गेला.

ती उठली आणि खाली आली. फोनजवळ शिवदासानी उभे होते. ते ओरडले, "बघ मी सांगितलं नाही, मुकुंदा सुखरूप आहे, बघ–"

आपला बाप काय सांगतोय, हेच मुळी तिला कळेना. जे शक्य नव्हते ते

शक्य कसे मानावे? सत्य आणि असत्य हेच तिला समजेना. त्यातून जागे होऊन ती फोनवर आली.

फोनवर तो चिरपरिचित आवाज तिने ऐकला. त्या क्षणी तिला क्षणभर काही ऐकू येईना-दिसेना-कळेना. एका भ्रमिष्ट वातावरणात ती गुरफटली. फोनवरचा आवाज जरा चिडखोर झाला, तेव्हा ती शुद्धीवर आली.

"कुठून बोलताय..."

"मी सेव्हाय हॉटेल- चेसबरी रोडवरून बोलतोय. विमानाचे अपघातवृत्त इथल्या संध्याकाळच्या वृत्तपत्रात वाचले म्हणून फोन केला. मला वाटलंच तुम्ही घाबरला असाल–"

"घाबरले? खरेतर मी त्या धक्क्यानं मरून जायची..."

"पण मी आहे मनू– मी आहे. आयत्या वेळेला आमचं जाणं रद्द झालं. विमानतळावर आम्ही गेलो. तिथेच आम्हांला निरोप मिळाला. एका करारात काही ॲफिडेव्हिट्स करायला हवी होती.

मग आम्ही जाणे रद्द केले. आता फ्लाइट मिळेल तेव्हा येणार आहोत– पण बातमी वाचली अन् सुन्न झालो. मग लक्षात आलं, की मी जरी केव्हा येणार ते कळवलं नव्हतं, तरी गोस्वामींनी कळवलं होतं. तेव्हा तुमची घबराट होणार. तेव्हापासून फोन मिळायची वाट पाहत इथे बसलो. तू भेटशील फोनवर असं वाटलं नव्हतं– तुझे ते विक्षिप्त पत्र वाचलं अन् तेव्हा तुझ्यावर खूप रागावलो– खूप!"

"नको रागावू, Please. मी तुझा राग काढीन सगळा, मला संधी दे."

"मला सांग, तू आलीस केव्हा?"

"आज सकाळी."

"म्हणजे दोन महिने तू बेपत्ता होतीस?"

"बेपत्ता कुठली? मी केडगावला घरी होते–"

"तिथं काय करीत होतीस?"

"हे बघ मुकुंदा, तू रागावावंस हे अगदी बरोबर आहे. पण मी तुला पत्रात लिहिलंय माझं दुःख."

"जोडीदाराचा अविश्वास करणारं..."

"तुझ्यावर माझा विश्वास होता– पूर्ण विश्वास होता. म्हणून तर निवांतपणे मी शोध करू शकले–"

"लागला?"

"लागला."

"सांग तर?"

"अशी फोनवर नाही सांगणार!"

"मग केव्हा?"

"मुकुंदा, लवकर ये रे!"

"नाहीतर तू असं का करत नाहीस मनू? तूच ये ना इंग्लंडला. खरंच खुप सुंदर आहे इथं सगळं."

"मी ऽ"

"खरंच ये. हे बघ. या अपघातामुळे इमर्जन्सी पासपोर्ट तुला ताबडतोब मिळेल."

"नको रे बाबा! सासूबाई काय म्हणतील आणि अनिरुद्धाचं काय करायचं? इतके दिवस मी त्याला आईंकडेच ठेवले होते."

"त्याची आता आठवण झाली होय? गेले दोन महिने त्याची नाही आठवण झाली कुठं."

"झाली रे! पण त्याच्याचसाठी तर गेले."

"त्याच्यासाठी?"

"होय, त्याच्याचसाठी. त्याच्या आजारानं मी फार घाबरले. वाटले ऽऽ"

"मूर्ख कुठली!"

"असू दे. मी नाही येत. तूच ये. मी क्षणाक्षणाला वाट पाहतेय."

"मनू, तुझा आवाज ऐकला अन् तृप्त झालो. आता तुझा स्पर्श हवा आहे."

"तर तर–"

"खरं सांगू मनू, मी येताच तू भेटशील असं वाटलं नव्हतं मला. मला वाटले, तू जशी मागे पळून गेलीस तशीच तुला पुन्हा शोधावी लागेल. खरंच गं असं वाटले."

"पुन्हा रागावलात?"

"नाही गं– पण मला तू आता हवी आहेस. फार हवी आहेस– फार दिवसांचा उपास आहे."

"खरंच?"

"खरं म्हणजे? तुला खोटं वाटतं की काय?"

"तसे नव्हे रे! पण खरं सांगू, तू अगदी होतास तसा सगळाच्या सगळा माझा आहेस. का कुणी तिथल्या एखाद्या–"

"शट अप्! तू मला काय समजतेस?"

"तसे नव्हे रे! पण परदेशात गेले म्हणजे सगळेजण–"

"असतील सगळेजण तसे– मला नाही माहीत."

"रागावलास."

"म्हणजे तू वाटेल ते बोलतेस–"

"चुकले."

"चुकले काय?"

"हे बघ माझ्या राजा, ही फॉरिन ट्रंकलाइन आहे."

"अरे हो, खरंच!"

"बंद करू?"

"नको."

"मग काय करू?"

"ये."

"येतो."

"ताबडतोब ये. तोवर मी काय करू, ते कळत नाही–"

"तुझं ठीक आहे. तुला अनिरुद्ध आहे– त्याची तब्येत कशी आहे? काही काळजीचं कारण नाही ना?"

"मस्त आहे. अगदी तुझ्यासारखा दिसतोय–"

"चल– माझ्यासारखा मुळीच नाही– तुझ्यासारखाच दिसतो."

"मुळीच नाही."

"ते जाऊ दे गं. मी निघायच्या आधी मी त्याचा मुका घेतला आणि मग तुझा. तेव्हा तू काय म्हणाली होतीस, की त्याच्या डायरेक्ट मुक्यापेक्षा हा मुका चांगला. आठवतंय?"

"हो. पण ते मी त्याबद्दल नव्हते म्हणाले. मुक्या, मी तुझ्याबद्दल म्हणाले."

"अस्सं काय? नवऱ्याला मुक्या असे म्हणतेस?"

"मग तू मला 'मनी मावशी' म्हणतोस ते?"

"ते जाऊ दे. मनू, मघा म्हणालीस तुला तुझ्या आईवडिलांचा शोध लागला. मला सांग ना."

"ते माझ्या शेजारी बसले आहेत, तुझ्या ओळखीचे आहेत त्यांना देते मी फोन."

शिवदासानींच्या हाती फोन देऊन ती नाचत-बागडत माडीवर गेली.

अनिरुद्ध चुळबुळत होता. त्याला तिने मांडीवर घेतले आणि आपल्या स्तनाशी भिडवले. कितीतरी दिवस पान्हा फुटला नव्हता. एकदम तो अनावर झाला. तिच्या डोळ्यांतून अश्रू आणि स्तनांतून वात्सल्य वाहू लागले.

- ० - ० - ० -

दिशाहीन